தேவன் மாத்திரமே
கிரியை
செய்கிறார்

இன்றைய முதலீடு
அதுவே மிக முக்கியம்

கெவின் வைட்

தேவனே மாத்திரமே கிரியை செய்கிறார்

இன்றைய முதலீடு பின்னர் வரும் பலன்

கெவின் வைட்

வேத வசனங்கள்

SPIRIT MEDIA

www.spiritmedia.us
1249 கில்டயர் ஃபார்ம் ரோடு,
கேரி, NC 27511
1 (888) 800-3744

மதம் & ஆன்மீகம் I கிறிஸ்தவ புத்தகங்கள் & வேதாகமங்கள் I ஆவிக்குரிய வளர்ச்சி

நூல் அட்டை (வண்ணம்) ISBN: 978-1-958304-76-1
நூல் அட்டை (கருப்பு வெள்ளை) ISBN: 978-1-961614-38-3
கடின அட்டை ISBN: 978-1-958304-77-8
ஒலிவடிவ புத்தகம் ISBN: 978-1-958304-79-2
மின்னணு புத்தகம்: 978-1-961614-46-8
காங்கிரஸ் நூலகத்தின் தொடர்பு எண்:
2023904879

அவர் என்னைப் புல்லுள்ள
இடங்களில் மேய்த்து, அமர்ந்த
தண்ணீர்கள் அண்டையில்
என்னைக் கொண்டுபோய்
விடுகிறார்

- சங்கீதம் 23:2

பின்வரும் நாடுகளில் வசிக்கும் கிறிஸ்து இயேசுவுக்குள் எனக்கு அன்பான சகோதர சகோதாரிகளுக்கு...

ஆப்கானிஸ்தான்
அல்பேனியா
அல்ஜீரியா
அன்டோரா
அங்கோலா
அன்டிகுவா மற்றும் பர்புடா
அர்ஜென்டீனா
அர்மீனியா
ஆஸ்திரேலியா
ஆஸ்திரியா
அஸர்பைஜான்
பஹாமாஸ்
பஹ்ரைன்
பங்களாதேஷ்
பார்படோஸ்
பெலாரஸ்
பெல்ஜியம்
பெலீஸ்
பெனின்
பூட்டான்
பொலீவியா
போஸ்னியா ஹெர்ஸகோவினா
போட்ஸ்வானா
பிரேசில்
புருனெய்

பல்கேரியா
புர்கினா
பாசோ
புருன்டி
காபோ வெர்டே
கம்போடியா
கேமரூன்
கனடா
மத்திய ஆப்பிரிக்க குடியரசு
சாட்
சிலி
சீனா
கொலம்பியா
கொமொரோஸ்
காங்கோ
கோஸ்டா ரீகா
கோட்டெ டி ஐவோரே
க்ரோஷியா
கியூபா
சைப்ரஸ்
செக் குடியரசு (செச்சியா)
டென்மார்க்
டிஜெபொட்டி
டொமினிகா
டொமினிக் குடியரசு

காங்கோ ஜனநாயக குடியரசு
ஈக்குவடார்
எகிப்து
எல் சால்வடோர்
பூமத்திய ரேகை கினியா
எரிட்ரியா
எஸ்டோனியா
எஸ்வாட்டினி
எத்தியோப்பியா
பிஜி
பின்லாந்து
பிரான்ஸ்
காபோன்
காம்பியா
ஜார்ஜியா
ஜெர்மனி
கானா
கிரீஸ்
கிரெனாடா
கெளட்டிமாலா
கினியா
கினியா-பிஸ்ஸாவ்
கயானா
ஹைட்டி
ஹோலி ஸீ

ஹோன்டுராஸ்
ஹங்கேரி
ஐஸ்லாந்து
இந்தியா
இந்தோனேசியா
ஈரான்
ஈராக்
அயர்லாந்து
இஸ்ரவேல்
இத்தாலி
ஜமாய்க்கா
ஜப்பான்
ஜோர்டான்
கஜகிஸ்தான்
கென்யா
கிரிபாட்டி
குவைத்
கிரிகிஸ்தான்
லாலோஸ்
லத்வியா
லெபனோன்
லெஸோத்தோ
லைபீரியா
லிப்யா
லீச்டென்ஸ்டைன்
லித்துவேனியா
லக்ஸம்பர்க்

மடகாஸ்கர்

மலாவி

மலேசியா

மால்டுவிஸ்

மாலி

மால்டா

மார்ஷல் தீவுகள்

மௌரிடானியா

மொரீஷியஸ்

மெக்சிகோ

மைக்ரோனேசியா

மால்டொவா

மொனோக்கோ

மங்கோலியா

மான்டினீக்ரோ

மொரோக்கோ

மொசாம்பிக்

மியான்மர்

நமீபியா

நவுரு

நேபாள்

நெதெர்லாண்ட்ஸ்

நியூசிலாந்து

நிக்ரகுவா

நைஜர்

நைஜீரியா

வட கொரியா

மக்கதோனியா

நார்வே

ஓமன்

பாகிஸ்தான்

பலாவ்

பனாமா

பப்புவா நியு கினியா

பராகுவே

பெரு

பிலிபைன்ஸ்

போலாந்து

போர்ச்சுகல்

கத்தார்

ரொமேனியா

ரஷ்யா

ருவாண்டா

செயின்ட் கிட்ஸ்
மற்றும் நெவிஸ்

செயின்ட் லூசியா

சமோவா

சான் மெரீனோ

ஸாவ் டோம் மற்றும்
பிரின்சிப்பி

சவுதி அரேபியா

செனெகல்

செர்பியா

செஷெல்ஸ்

சியரா லியோன்

சிங்கப்பூர்

ஸ்லோவாக்கியா

ஸ்லோவீனியா

சாலமோன் தீவுகள்

சொமாலியா

தென் ஆப்பிரிக்கா

தென் கொரியா

சூடான்

ஸ்பெயின்

இலங்கை

செயின்ட்
வின்சென்ட் மற்றும்
கிரெனெடைன்ஸ்

பாலஸ்தீனம்

ஸூடான்

சுரினேம்

ஸ்வீடன்

ஸ்விட்சர்லாந்து

சிரியா

டஜிகிஸ்தான்

டான்ஸானியா

தாய்லாந்து

டிமோர்-லெஸ்டே

டோகோ

டோங்கா

டிரினாட் மற்றும்
டொபாகோ

டுனிஷியா

துருக்கி

துருக்மெனிஸ்தான்

துவாலு

உகாண்டா

உக்ரைன்

ஐக்கிய அரபு
எமிரேட்ஸ்

ஐக்கிய பேரரசு

அமெரிக்க ஐக்கிய
நாடுகள்

உருகுவே

உஸ்பெகிஸ்தான்

வனுவாட்டு

வெனிசுவேலா

வியெட்நாம்

யெமென்

ஜாம்பியா

ஜிம்பாப்வே

3

பொருளடக்கம்

நான் விடாய்த்த
ஆத்துமாவைச்
சம்பூரணமடையப்பண்ணி,
தொய்ந்த எல்லா ஆத்துமா-
வையும் நிரப்புவேன்

- எரேமியா 31:25

முன்னுரை

இன்றைய முதலீடு அதுவே மிக முக்கியம்

இன்று நீங்கள் இறந்த மறுநாள் என்று கற்பனை செய்து பாருங்கள். இப்பொழுது நீங்கள் பரலோகத்தில் இருக்கிறீர்கள். அனைத்தும் ஆண்டவரால் உரு-வாக்கப்பட்டவை என்பதை கவனிக்கிறீர்கள் எல்-லாம் ஆண்டவருக்காகவும் ஆண்டவராலேயும் உருவாக்கப்பட்டவை. மனிதனுடைய கரத்தினால் எதுவும் உண்டாக்கப்படவில்லை.

நீங்கள் கடினமாக உழைத்துபாதுகாத்த ஒரு இடம் நினைவில் இருக்கிறதா? நீங்கள் செலவிட்ட உங்கள் ரத்தம், கண்ணீர், வியர்வை? எதுவும் அங்கு இல்லை. அந்தத் இடத்தை அழகாக வைக்க நீங்கள் செலவழித்த ஆயிரக்கணக்கான பணமும் அங்கு இல்லை.

அன்றாடம் வேலை செய்வது, சுத்தம் செய்வது, சேர்த்து வைப்பது எதுவும் பரலோகத்தில் கிடையாது.

நீங்கள் சற்று திரும்பும்போது உங்களை காண அநேகர் காத்துக்கொண்டிருக்கிறார்கள். அதில் பலரை நீங்கள் இதற்கு முன் பார்த்ததே இல்லை. அதில் பெரும்பாலானோர் பல விதமான தேசத்தார்கள். ஒவ்வொருவராக வந்து எப்படி உங்களுடைய காணிக்கைகள், தசமபாகங்கள், ஊழிய பிரயாணங்கள், ஜெபங்கள் மூலமாக அவர்கள் இயேசுவை அறிந்து கொண்டார்கள் என்பதை விவரித்து சொல்கிறார்க-

ள். அவர்களுக்கு நீங்கள் சாட்சியாய் இருந்ததினால் உங்களை கட்டி அணைத்து அவர்களுடைய அன்பை பரிமாறுகிறார்கள். அவர்கள் ஒவ்வொருவராக வந்து உங்கள் மூலமாக எப்படி அவர்கள் இரட்சிக்கப்பட்டு பரலோக நித்திய வீட்டில் இருக்கிறார்கள் என்பதை பகிர்ந்து கொள்கிறார்கள்.

அது கொஞ்சம் கொஞ்சமாக மறைய ஆரம்பி-க்கி-றது. நீங்கள் வேலை செய்ய எடுத்துக் கொ-ண்ட நேரம் எங்கேயும் காணப்படவில்லை. அது மறைந்துவிட்ட-து. மறக்கப்பட்டுவிட்டது. எதிலும் அதை காண முடி-யவில்லை. மாறாக, நீங்கள் திரும்பும் இடமெ-ல்லாம், உங்கள் மூலமாக தேவன் செய்த கிரியைகளின் கனியை காண முடிகிறது. ஆராதிக்கிறவர்களையும் (வெளி 7:9-12), ஜெபங்களையும் (வெளி 5:8), நீங்கள் பூமியில் இருந்த காலத்தில் தேவன் உங்கள் மூலமாய் செய்தவைகளையும் பார்க்கிறீர்கள். இப்பொழுது தான் புரிகிறது.

தேவனே கிரியை செய்கிறார்!

தேவன் செய்த கிரியைகளே பரலோகத்தில் மு-க்கியத்துவம் வாய்ந்ததாய் இருக்கிறது. "பிதாவே, பரலோகத்தில் செய்யப்படுவது போலவே பூமியில் செ-ய்யப்படுவதாக" என்று ஜெபிக்க இயேசு நமக்கு கற்று-க்கொடுத்தார். தேவன் மாத்திரமே கிரியை செ-ய்கிறார் என்ற வேதாகம கோட்பாட்டை நீங்களும் நானும் புரி-ந்துக் கொள்ளவதே அந்த ஜெபத்திற்கான பதிலாகும்.

தேவன் மாத்திரமே செயல்படுகிறார் என்ப-தை ஏற்றுக்கொள்ள பரலோகம் போகும் வரை காத்திரு-க்காதீர்கள். இப்பொழுதே அதை ஏற்றுக்கொள்ளுங்க-

ள். தேவனே செயல்படுகிறார் என்பதை இப்பொழுது கண்டுகொள்ளுங்கள். தேவன் செயல்படுவதை இந்த பூமியிலே உணருங்கள். இந்த புத்தகத்தை வாசித்து முடிப்பதற்குள் நீங்கள் இந்த வெளிப்பாட்டை பெற வேண்டும் என்று நான் ஜெபிக்கிறேன். உங்கள் புரிதலை தேவன் திறந்தருளுவார்.

நாம் சிந்திக்கும் முறையை மாற்றிக்கொ-ள்ளு-ம்போது நாம் மறுரூபமாகிறோம் என்று ரோமர் 12:2 தேவன் சொல்கிறார். தேவன் கிரியை செய்வ-தினாலே உங்கள் மதிப்பானது உங்கள் கிரியை-யிலிருந்து தேவனுடைய கிரியைக்கு மாறுகிறது. அப்படியிருக்க, நீங்கள் வேலை செய்வதை நிறுத்து-விடுவீர்கள், சோம்பலாகி விடுவீர்கள், வாழ்க்கையி-ல் எந்த அர்த்தமும் இருக்காது என்பது கிடையாது. தேவன் உங்கள் வாழ்க்கையில் உங்கள் மூலம் செய-ல்பட அனுமதிப்பீர்கள். இந்த பூமியில் தேவனுடைய கிரியையில் அவரோடு இணைந்துக் கொள்வீர்கள். உங்கள் வாழக்கையில் மேலான நோக்கத்தையும் அர்த்தத்தையும் பெறுவீர்கள்.

உண்மையான நீடித்திருக்கக்கூடிய திருப்தியை அடைவீர்கள். ராஜ்யத்தின் நன்மைக்காக ராஜ்ய-த்துக்கேதுவான செல்வத்தை உருவாக்க தொ-டங்குவீர்கள். நித்தியத்தில் முதலீடு செய்வீர்கள். உங்கள் வாழ்க்கை பிரயோஜனமானது என்பதில் சந்தேகமே இருக்காது. தேவனோடு கூடிய உங்கள் உறவு உண்மையுள்ளதாகவும் உயிருள்ளதாகவும் இருக்கும். உங்கள் நோக்கம் தற்காலிகமானதிலிருந்து நித்தியத்திற்கு மாறும். உங்கள் உண்மையான வீடு பரலோகத்தில் இருக்கிறது என்பதை அறிந்து இந்த

பூமியில் ஒரு பார்வையாளராக இருப்பீர்கள். தேவனே கிரியை செய்கிறார் என்பதை அறிந்தவர்களாய் செழிப்பான பரிபூரண வாழ்வை அனுபவிப்பீர்கள்.

தேவனே கிரியை செய்கிறார் என்பதின் ஒவ்வொரு சிறிய அத்தியாயமும் இந்த வெளிப்பாட்டின் மூலமாக முன்னேற்றம் காண்கிறது

அத்தியாயம் 1: அழைக்கப்படுதல்

அத்தியாயம் 2: மாத்திரம்

அத்தியாயம் 3: தேவன்

அத்தியாயம் 4: கிரியை

அத்தியாயம் 5: சுதந்திரம்

அத்தியாயம் 6: நெருக்கம்

அத்தியாயம் 7: தாழ்மை

அத்தியாயம் 8: நன்றி உணர்வு

அத்தியாயம் 9: கனி

அத்தியாயம் 10: முடிந்தது

எல்லாரையும் தேவன் எப்படி அழைக்கிறார் என்பதை பார்த்து துவங்குவோம். இந்த பூமியில் தேவனுடைய கிரியை முடிந்த பிறகு எப்படி இருக்கும் என்பதை பார்த்து முடிப்போம்.

தேவனுடைய கிரியை உங்களை இளைப்பாற செய்யும் என்பதை பார்ப்பீர்கள். நெருக்கமான உறவு,

தாழ்மை, நன்றி உணர்வு ஆகியவற்றில் கவனம் செலுத்துவதில் சுதந்திரத்தை பெறுவீர்கள். இளைப்பாறுவது என்பது சோம்பேறியாக இருப்பதோ அல்லது பயனற்றதாக இருப்பதோ அல்ல. மாறாக, இதற்கு முன் இல்லாத வகையிலே தேவன் உங்கள் மூலமாக உங்களை கொண்டு செயல்படுவதை உணர்வீர்கள்.

நம்பிக்கையற்ற சிலர் உங்களை பார்த்து "ஆ ஆ ஆ, நீ இளைப்பாறும்போது தேவன் கனி கொடுப்பார் என்று நினைக்கிறாயா? எவ்வளவு அபத்தமானது" என்று ஏளனமாய் பேசலாம். நீங்களோ, "ஆம், நான் எவ்வளவு அதிகம் இளைப்பாறுகிறேனோ அவ்வளவு அதிகம் கனி உண்டாகும்" என்று தைரியமாய் சொல்லலாம்.

தேவனே கிரியை செய்கிறார், உங்கள் வாழ்வை மாற்றக்கூடிய வெளிப்பாட்டை கொடுத்து இதுவரை நீங்கள் காணாத வகையில் தேவனை உணர்ந்து உங்களை சுற்றிலும் தேவனுடைய அற்புதங்களை காண உதவும் பிரதிநிதியாய் இருக்கிறது.

உலகத்திற்கான உங்கள் நம்பிக்கையை தேவனே கிரியை செய்கிறார் உற்சாகப்படுத்துகிறது. அது உங்கள் விசுவாசத்தை கொழுந்து விட்டு எரிய செய்து, ஒரு பெரிய அளவில் அதனை வலுப்படுத்துகிறது. தேவன் உங்கள் வாழ்க்கையில் உங்களை கொண்டு கிரியை செய்கிறார் என்பதை காண ஏவுகிறது.

தேவனே கிரியை செய்கிறார் என்ற நிஜத்தை அறிய அனைவருடைய கண்களையும், மனதையும், இருதயங்களயும் திறக்க தேவன் அழைக்கிறார்.

| தேவன் மாத்திரமே கிரியை செய்கிறார் |

| அத்தியாயம் 1
அழைக்கப்படுதல்

அனைத்தும் தேவனுடைய அழைப்பிலிருந்து து-வங்குகிறது.

இதனை கற்பனை செய்து பாருங்கள்: தேவ-னுக்கு தொலைவில் இருந்த ஒருவர் கிறிஸ்துவோடு உயிரோடு எழுப்பப்படுகிறார்.தேவன் அவரை தம-க்கென்று அழைக்கிறார். தேவனால் அவர் அழை-க்கப்பட்டார் என்பதை அவர் புரிந்து கொள்கிறார். அவர் நேசிக்கப்பட்டவராக, மன்னி-க்கப்பட்டவராக, முழுமையாக்கப்பட்டவராக உண-ருகிறார். தேவனி-டத்திலிருந்து: அழைப்பு என்ற வல்லமையான வா-ர்த்தையை கேட்கிறார். அந்த இடத்திலே அந்த நேரத்திலேயே, தேவனுடைய சத்துரு வந்து கிரியை என்பதை சேர்த்து விடுகிறான்.

இந்த பொய் தினந்தோறும் நடக்கிறது. உடனே தேவனால் அழைக்கப்படுதல் என்ற அந்த அற்புத-ம் மறைந்து கிரியைக்கு அழைத்து மேலும் கூடுதல் பலுவை சுமத்துகிறது.

இப்பொழுதும் கூட ஒரு சிலர், "சரி தான். தேவன் நம்மை கிரியை செய்யவே அழைத்திருக்கிறார். தேவனுடைய சேனையில் நான் ஒரு போர்வீரன். தேவனுடைய தோட்டத்தில் நான் ஒரு வேலைக்காரன்" என்று சொல்ல முனைகிறீர்கள். அது சரி என்று வைத்துக்கொண்டாலும், யார் கிரியை செய்கிறார்கள் என்பதே முக்கியம்.

தேவன் இல்லாத எந்த கிரியைக்கும் நித்தியத்திற்கான தகுதி கிடைக்காது

நாம் தேவனுக்காக உழைக்க எப்பொழுதும் நம்மை அழைத்தது கிடையாது. உண்மையில் தேவன் யாரையும் அவருக்காக, அவரில்லாமல் கிரியை செய்ய அழைத்தது கிடையாது. இந்த பூமியில் நாம் தேவனோடு இணைந்து கிரியை செய்ய அவருடைய கிரியையாய் இருக்கும்படியாய் அழைக்கிறார்.

தேவனுடைய கிரியைக்கும் மனிதனுடைய கிரியைக்கும் பெரிய வித்தியாசம் இருக்கிறது..

சரித்திரம் அவருடைய கதை

வாழ்க்கை என்ற கதையில், தேவனே பிரதான கதாபாத்திரம். நம் வாழ்வின் ஒரு சமயத்தில் நாம் முக்கிய கதாபாத்திரமாக ஆவதற்கு முயற்சிக்கிறோம். ஆனால் அது ஒருபோதும் நடக்காது. நாம் யாவரும் தேவனுடைய கதையில் ஒரு அங்கமாக இருக்க

அழைக்கபட்டிருக்கிறோம். இந்த கதை நம்மை பற்றி-னதல்ல, தேவனை பற்றியது.

தேவன் உண்டாக்குகிறார்.

தேவன் அழைக்கிறார்.

தேவனுடைய கதையில் நாம் அவரை அனுப-விப்பதும், அவரோடு சேர்ந்து நம் மூலமாக நம்மை கொண்டு அவரை செயல்பட அனுமதிப்பதும் தான் நம்முடைய பங்கு.

தேவனுடைய சத்துருவானவன், நாம் முக்கிய-மான நட்சத்திர கதாபாத்திரமாக இருக்கிறோம் என்று நினைக்க நம்மை தூண்டுகிறான். ஆனால் அப்படி அல்ல. இங்கு தான் நாம் தேவனை குறித்தும் சத்து-ருவை குறித்தும் ஒரு அடிப்படையான உண்மையை அறிந்து கொள்ள வேண்டும் ...

தேவன் அனைத்தும் சிருஷ்டிக்கிறார்.

சத்துருவானவன் எதையும் உண்டாக்குவதி-ல்லை.

தேவன் உண்டாக்கின அனைத்தையும் மா-ற்றி போலியாக காட்டுவதே சத்துருவானவன் செ-ய்யக்கூ-டிய சிறந்த செயலாகும். ஆகவே தேவன் அழைத்தார் என்ற உண்மையை மாற்றி, கிரியை செய் என்ற வா-ர்த்தைகளை செவிகளில் ஓதுகிறான்.

உண்மை: தேவன் உன்னை அழைத்திருக்கிறார்

பொய்: தேவன் உன்னை அவருக்காக கிரியை செய்ய அழைத்திருக்கிறார்.

சத்துருவானவன் செய்ய நினைப்பதெல்லா-ம், உங்களை பாதி உண்மையை நம்ப வைத்து, அதன் பிறகு உங்களை வஞ்சித்து திசை மாறிப்போக செய்வது தான்.

துரதிர்ஷ்டவசமாக, நான் பத்து வருடங்களு-க்கு மேலாக இந்த பொய்யிலேயே வாழ்ந்தேன். அது இன்னும் மோசமாகிறது. நமக்கு எதிராக ஆயிரக்க-ணக்கான பொய்களை சத்துருவானவன் பயன்ப-டுத்துகிறான். "தேவன் உன்னை கிரியை செய்ய அழைத்திருக்கிறார்" என்ற பொய்யை மாத்திரம் அவன் சொல்வதில்லை, "உன்னுடைய கிரியை தான் உன் மதிப்பு" என்ற இன்னொன்றையும் அவன் சே-ர்த்துக்கொள்கிறான்.

உண்மை: தேவனுக்கு நீ மதிப்புள்ளவன்.

பொய்: உன் கிரியை தான் தேவனுக்கு மதிப்-பான-து தேவனோடு கூடிய நெருக்கமான உறவு தான் அவ-ருடைய அழைப்பு.

> **தேவனோடு உங்களுக்கு இருக்கும் நெருக்கமான உறவை தான் அவர் பெரிதாக பார்க்கிறார், நீங்கள் அவருக்காக என்ன செய்கிறீர்கள் என்பதை அல்ல.**

நீங்கள் வேதத்தை வாசித்து, தேவன் உங்களை அவருக்காக உழைக்க அழைத்திருக்கிறார் என்-கிற வசனத்தை பட்டியலிட்டு காட்ட உங்களு-க்கு சவால்

விடுகிறேன். உங்கள் கிரியை தேவன் எதிர்ப்பார்க்கிறார் என்ற வசனத்தை பட்டியலிடுங்கள். அப்படிப்பட்ட வசனங்களை நீங்கள் பார்க்க முடியாது. அது வேதத்தில் இல்லை. இப்படியிருக்க, நாம் எப்படி சத்துருவானவனின் பொய்களை அடிப்படையாக வைத்து நமது மனதை செயல்படுத்த முடியும்?

தேவன் நம்மை இவைகளுக்காகத்தான் அழை-த்திருக்கிறார்:

- தேவனோடு நெருக்கமான உறவு
- தேவனை அனுபவிப்பது
- தேவன் கிரியை செய்வதை கவனிப்பது
- தேவனை மகிமைப்படுத்துவது

இவைகளை உங்களால் பார்க்கவே முடியாது: அவருக்காக கிரியை செய்வது அவருடைய காரிய-ங்களை அவருக்காக செய்வது.

மனித சரித்திரம் முழுவதுமாக திருச்சபையை நாசப்படுத்திக் கொண்டிருந்த அந்த பொய்களை உங்களால் வெளிக்கொணர முடியும். இந்த மோசமான சம்பவத்தை வெட்ட வெளிச்சத்துக்கு கொண்டு வர தேவனை அனுமதியுங்கள். சத்துருவானவனின் இந்த பொய்கள் தேவனுடைய பிள்ளைகளின் சுதந்தரத்தையும் சந்தோஷத்தையும் கொள்ளையடித்து விட்டன. இந்த பொய்யினால் எண்ணற்ற மேய்ப்பர்கள், போதகர்கள், சுவிஷேகர்கள் மற்றும் தலைவர்கள் ஊழியங்களை விட்டு போய்விட்டனர். இந்த பொய்யினால் தேவனுடைய பணியானது மந்தமாகிவிட்டது. ஒரு காலத்தில் மிக பரவலாக இருந்த சர்வதேச ஊழி-

யங்கள் இப்பொழுது அவசியமில்லாததாக ஆகிவி-ட்டது.

தேவனுடைய வேலைக்கு மாற்று எதுவும் கிடையாது.

தேவனுடைய வேலையை உருவாக்கவோ மாற்றி அமைக்கவோ முடியாது.

முழுநேர ஊழியத்திற்கான தேவனுடைய அழைப்பை என்னுடைய பதினேழாம் வயதில் பெற்றேன். முழு நேர கிறிஸ்தவ ஊழியத்தில் கிட்ட-த்தட்ட நாற்பது வருடங்களாக இருக்கிறேன். முதல் பத்து வருடங்கள், தேவன் என்னை தமக்காக பெரிய வேலைகளை செய்ய அழைத்திருக்கிறார் என்ற பொய்யை நம்பிக் கொண்டிருந்தேன். தேவனுக்காக கடிடனமாக உழைத்தேன். நல்ல வேலையாக, தேவன் மாத்திரமே கிரியை செய்கிறார் என்ற சத்திய-த்தில் கடந்த முப்பது வருடங்களாக வாழ்ந்திருக்கிறே-ன். நான் நினைத்துக்கூட பார்க்க முடியாத அளவிற்கு தேவன் என்னை கொண்டு என் மூலமாக கிரியை செய்வதை நான் உணர்ந்திருக்கிறேன்.

வேதத்தில் தேவனுடைய அழைப்பு

தேவனுடைய அழைப்பைக் குறித்து வேதம் இவ்வாறாக கூறுகிறது....

> நீங்கள் என்னைத் தெரிந்துகொள்ளவில்லை, நான் உங்களைத் தெரிந்துகொண்டேன்; நீங்கள் என் நாமத்தினாலே பிதாவைக் கே-ட்டுக்கொள்வது எதுவோ, அதை அவர் உங்க-

ளுக்குக் கொடுக்கத்தக்கதாக நீங்கள் போய்க் கனிகொடுக்கும்படிக்கும், உங்கள் கனி நிலை- த்திருக்கும்படிக்கும், நான் உங்களை ஏற்படு- த்தினேன்.

~ யோவான் 15:16

நாம் போய் கனி கொடுக்க தேவன் நம்மை அழை- த்திருப்பதே அவர் நம்மை அவருக்காக வேலை செய்ய அழைக்கிறார் என்பதை குறிக்கிறது என்று ஒரு சிலர் விவாதிக்கலாம், ஆனால் அது உண்மை அல்ல. யோவான் 15ம் அதிகாரம் முற்றிலும் தேவனோடு இணைந்திருப்பதை குறிக்கிறது...

என்னில் நிலைத்திருங்கள், நானும் உங்க- ளில் நிலைத்திருப்பேன்; கொடியானது தி- ராட்சச்செடியில் நிலைத்திராவிட்டால் அது தானாய்க் கனிகொடுக்கமாட்டாததுபோல, நீ- ங்களும் என்னில் நிலைத்திராவிட்டால், கனி- கொடுக்கமாட்டீர்கள்.

நானே திராட்சச்செடி, நீங்கள் கொடிகள். ஒருவன் என்னிலும் நான் அவனிலும் நிலை- த்திருந்தால், அவன் மிகுந்த கனிகளைக் கொடுப்பான்; என்னையல்லாமல் உங்களா- ல் ஒன்றும் செய்யக்கூடாது. ஒருவன் என்னில் நிலைத்திராவிட்டால், வெளியே எறியுண்ட கொடியைப்போல அவன் எறியுண்டு உலர்ந்து போவான்; அப்படிப்பட்டவைகளைச் சேர்த்து, அக்கினியிலே போடுகிறார்கள்; அவைகள் எரிந்துபோம்.நீங்கள் என்னிலும், என் வா- ர்த்-தைகள் உங்களிலும் நிலைத்திருந்தா- ல், நீங்கள் கேட்டுக்கொள்வதெதுவோ அது

உங்களுக்குச் செய்யப்படும்.நீங்கள் மிகுந்த கனிகளைக் கொடுப்பதினால் என் பிதா மகிமைப்படுவார், எனக்கும் சீஷராயிருப்பீர்கள்.பிதா என்னில் அன்பாயிருக்கிறதுபோல நானும் உங்களில் அன்பாயிருக்கிறேன்; என்னுடைய அன்பிலே நிலைத்திருங்கள்.

நான் என் பிதாவின் கற்பனைகளைக் கைக்கொண்டு அவருடைய அன்பிலே நிலைத்திருக்கிறதுபோல, நீங்களும் என் கற்பனைகளைக் கைக்கொண்டிருந்தால், என்னுடைய அன்பிலே நிலைத்திருப்பீர்கள்.

என்னுடைய சந்தோஷம் உங்களில் நிலைத்திருக்கும்படிக்கும், உங்கள் சந்தோஷம் நிறைவாயிருக்கும்படிக்கும், இவைகளை உங்களுக்குச் சொன்னேன்.

~ யோவான் 15:4-11

நம் மூலமாக தேவன் கிரியை செய்வதே நம்முடைய அழைப்பாகும்.

அவருக்காக உழைப்பது தேவ அழைப்பு அல்ல.

'நம் மூலமாக' என்ற வார்த்தையை 'அவருக்காக' என்று மாற்றி சத்துருவானவன் நம்மை வஞ்சித்து மாறுதலான விளைவுகளை கொண்டு வருகிறான்.

யோவான் 15ன் பின்னணியை பார்க்கும்போது, இயேசு, அவரோடு இணைந்திருப்பதையும், நெருக்-கமான உறவையும் தான் முக்கியப்படுத்துகிறார், அவரை விட்டு சென்று அவருக்காக உழைப்பதை அவர் வலியுறுத்தவில்லை.

சத்துருவானவின் தந்திரத்துக்கு அப்பால் நீங்கள் பார்க்கும்போது, தேவனே கிரியை செய்கிறார் என்ற சத்தியத்தை உங்களால் பார்க்க முடியும்...

> அன்றியும், அவருடைய தீர்மானத்தின்படி அழைக்கப்பட்டவர்களாய் தேவனிடத்தில்- அன்புகூருகிறவர்களுக்குச் சகலமும நனமைக்கு ஏதுவாக நடக்கிறதென்று அறிந்திருக்கிறோம்.
>
> ~ ரோமர் 8:28)

ரோமர் 8:28ல் கிரியை செய்வது யார்?? ______

> உங்களை அழைக்கிறவர் உண்மையுள்ளவர், அவர் அப்படியே செய்வார்.
>
> ~ 1 தெசலோனிக்கேயர் 5:24

1 தெசலோனிக்கேயர் 5:24ல் கிரியை நடப்பிப்பது யார்? ______

சரியான மற்றும் ஒரே பதில் தேவன். அவருடைய வேலையை அவர் நம் மூலமாக செய்கிறார். அவருக்காக வேலை செய்ய அவர் நம்மை அழைக்கவில்லை. பெரிய வித்தியாசமே இதில் இருக்கிறது.

தேவனோடு இருப்பதற்கான அழைப்பு

கவனித்துக் கொண்டே வாருங்கள், கிரியை செய்ய அல்ல அவரோடு இருப்பதே நம்முடைய அழைப்பு என்பதை அறிந்துகொள்வீர்கள்.

விழித்திருங்கள், விசுவாசத்திலே நி-லைத்திரு-
ங்கள், புருஷராயிருங்கள், திட-ன்கொள்ளுங்க-
ள்.

~ கொரிந்தியர் 16:13

கர்த்தருக்குக் காத்திருக்கிறவர்களே, நீங்க-
ளெல்லாரும் திடமனதாயிருங்கள், அவர்
உங்கள் இருதயத்தை ஸ்திரப்படுத்துவார்.

~ சங்கீதம் 31:24

நீ பயப்படாதே, நான் உன்னுடனே இருக்கி-
றேன்; திகையாதே, நான் உன் தேவன்; நான்
உன்னைப் பலப்படுத்தி உனக்குச் சகாயம்ப-
ண்ணுவேன்; என் நீதியின் வலதுகரத்தினால்
உன்னைத் தாங்குவேன்.

~ ஏசாயா 41:10

செல்வதற்கான தேவ அழைப்பு

தேவனுக்காக வேலை செய்வது என்ற வசன-
த்தை வேதத்தில் எங்கேயும் பார்க்க முடியாது. எழுந்து
போய் தேவன் உங்கள் மூலமாக செயல்படுவதையே
நீங்கள் காண முடியும்.

எழுந்திரும்; இந்தக் காரியத்தை நடப்பிக்கிற-
து உமக்கு அடுத்தது; நாங்களும் உம்மோடே-
கூட இருப்போம்; நீர் திடன்கொண்டு இதைச்
செய்யும் என்றான்.

~ எஸ்றா 10:4

அப்பொழுது கர்த்தர் மோசேயை நோக்கி: நீ என்னிடத்தில் முறையிடுகிறது என்ன? புறப்பட்டுப் போங்கள் என்று இஸ்ரவேல் புத்திரருக்குச் சொல்லு.

~ யாத்திராகமம் 14:15

பின்பு, அவர் அவர்களை நோக்கி: நீங்கள் உலகமெங்கும் போய், சர்வ சிருஷ்டிக்கும் சுவிசேஷத்தைப் பிரசங்கியுங்கள்.

~ மாற்கு 16:15)

தேவன் உங்கள் வாழ்விலும் இருதயத்துக்குள்ளும் நுழைவதும்,நீங்கள் அவருடைய ராஜ்யத்துக்குள்ளும் அவருடைய பிரசன்னத்துக்குள்ளும் நுழைவதை தான் இந்த இடத்தில் காண்பிக்கிறார்.

> **தேவன் சொல்வதெல்லாம்,**
> **நீங்கள் அவருக்கு புறம்பாக**
> **வேலைக்காரனாகவோ**
> **அந்நியனாகவோ இல்லாமல்,**
> **அவருக்குள் அவருடைய மகனாக**
> **மகளாக இருக்க வேண்டும் என்பதை**
> **தான்.**

அவருக்காக கிரியை செய்ய அல்ல, அவரோடு இருக்கவே தேவன் அழைத்திருக்கிறார். இரண்டிற்கும் மிக பெரிய வித்தியாசம் இருக்கிறது.

தேவனுடைய அழைப்பை குறித்து சத்துருவான-வன் கையாண்ட தந்திரத்தை தூக்கி எறிய இதுவே சரியான நேரம். இதுவே சத்தியம்:

எல்லாரும் தேவனால் அழைக்கப்பட்டிரு-க்கிறோம்.

தேவனுக்காக கிரியை நடப்பிக்க யாரும் அழை-க்கப்படவில்லை.

அடுத்த அத்தியாயத்தில் 'தேவன் மாத்திரமே' என்பதின் அர்த்தம் 'தேவன் மாத்திரமே' என்பதை பா-ர்க்கப் போகிறீர்கள்.

தேவன் மாத்திரமே கிரியை செய்கிறார்

வருத்தப்பட்டுப்
பாரஞ்சுமக்கிறவர்களே! நீங்கள்
எல்லாரும் என்னிடத்தில் வாருங்கள்;
நான் உங்களுக்கு இளைப்பாறுதல்
தருவேன்.நான் சாந்தமும்
மனத்தாழ்மையுமாய் இருக்கிறேன்;
என் நுகத்தை உங்கள்மேல்
ஏற்றுக்கொண்டு, என்னிடத்தில்
கற்றுக்கொள்ளுங்கள்; அப்பொழுது,
உங்கள் ஆத்துமாக்களுக்கு
இளைப்பாறுதல் கிடைக்கும்.
என் நுகம் மெதுவாயும் என் சுமை
இலகுவாயும் இருக்கிறது என்றார்.

~ மத்தேயு 11:28-30

தேவன் மாத்திரமே கிரியை செய்கிறார்	அத்தியாயம் 2 **மாத்திரம்**

மாத்திரம் என்றால் மாத்திரமே

சில சமயங்களில் தேவன் செயல்படுகிறார், சில நேரங்களில் நாம் செயல்படுகிறோம் என்றெல்லாம் கிடையாது.

எல்லா நேரங்களிலும் தேவனின் கிரியை மாத்திரமே நடக்கிறது, அவர் மாத்திரமே செயல்படுகிறார் என்பது தான் இதன் பொருள்.

தேவனை தவிர யாருமே கிரியை நடப்பிப்பதில்லை என்று வேதம் சொல்கிறது. (ஏசாயா 45).

மாத்திரம் என்றால் மாத்திரமே

இன்னும் ஒரு விசை, சத்துருவானவன் வார்த்தைகளை மாற்றுவதில் மிகவும் தந்திரமானவன். அவன் தேவன் என்ற வார்த்தையை நீ என்பதாக மாற்றிவிடுகிறான்.

தேவன் சொல்வது: தேவன் கிரியை செய்கிறார்.

சத்துரு சொல்வது: நீயே கிரியை செய்கிறாய்.

சத்துருவானவன் உங்களை இவைகளையே நினைத்தும் சொல்லவும் வைக்கிறான்:

நான் கிரியை செய்கிறேன்.

நான் வாழ நான் செயல்பட வேண்டும்.

நான் என் வேலையை சார்ந்து இருக்க வேண்டும்.

என்னுடைய கிரியை முக்கியமானதாகும்.

இதையும் கூட சொல்ல வைக்கிறான்:

நான் தேவனுக்காக கிரியை செய்கிறேன்.

நான் இளம் மேய்ப்பனாய் இருந்தபோது, நான் சென்ற பல திருச்சபை தலைமைத்துவ கருத்தரங்குகளில் மிகவும் தெளிவாய் சத்தமாய் பிரகடனம் செய்யப்பட்ட வார்த்தைகள் என்ன-வென்றால்:

எது எப்படி இருக்க வேண்டுமோ அது என்னை பொருத்தே இருக்கிறது.

தேவன் மாத்திரமே செயல்படுகிறார் என்ற வெளிப்பாடே இல்லை. தேவன் நடப்பிக்க வேண்டும் என்ற கிரியைகளை அவரே செய்கிறார் என்ற சத்தியத்திற்கு அனுமதியே இல்லை.

சங்கீதம் 127:1,2ஐ நான் வாசிக்கட்டும்:

கர்த்தர் வீட்டைக் கட்டாராகில், அதைக் கட்டுகிறவர்களின் பிரயாசம் விருதா; கர்த்தர் நகரத்தைக் காவாராகில்

காவலாளர் விழித்திருக்கிறது விருதா.

பின்னர் என் செவியில் கேட்பது:

எது எப்படி இருக்க வேண்டுமோ அது என்னை பொருத்தே இருக்கிறது.

நான் அதை நம்பினேன். எனக்கு முன் இருந்த தலைவர்களை நம்பினேன். என்னுடைய தலைவர்களை பின்பற்ற நினைத்தேன், அதன் விளைவாக மோசமாக தவறிவிட்டேன். இப்பொழுது, சிறைப்பட்டவர்களை விடுவிக்க தேவன் என்னை அழைத்திருக்கிறார்: தேவனே செயல்படுகிறார்!

நான் தேவனுக்காக கடினமாக உழைத்ததினால், என்னையும், என் திருமண வாழ்வையும், என் குடும்பத்தையும் இழந்திருப்பேன். நானே வேலை செய்பவன் என்று நினைத்து சுவிசேஷ பணிக்கு அடிமைப்பட்டிருந்தேன். இது என்னுடைய வாழ்க்கையில் மிக பெரிய ஏமாற்றமாய் இருந்தது. நான் தேவனுக்கு பதிலாக சத்துருவை என்னோடு சேர்த்துக் கொண்டேன்.

தேவன் சொல்வது: தேவன் மாத்திரமே கிரியை செய்கிறார்.

சத்துரு சொல்வது: நீயே கிரியை செய்கிறாய்.

சத்துருவானவன் செய்வது, தேவன் என்ற மூன்றெழுத்தை நீ என்ற ஒரு வார்த்தையாக மாற்றுவதே. பின்னர், நீங்கள் தேவனுடைய கிரியையை சார்ந்து வாழ்வதிலிருந்து உங்களை தந்திரமாய் விலக்கிவிடுவதே.

மாத்திரம் என்றால் மாத்திரமே.
நீங்கள் அல்ல, நான் அல்ல, டாக்டர்.

> **பில்லி கிரஹாம் அல்ல, அன்னை
> தெரெசா அல்ல, யாருல் அல்ல, தேவன்
> மாத்திரமே.**

தேவன் கிரியை செய்கிறார்.

கிரியை நடப்பிப்பது தேவன் ஒருவர் மாத்திரமே என்பதற்கு ஒரு சில உதாரணங்கள் இங்கே:

அப்பொழுது அவர்கள் கூப்பிடுகிறத-ற்குமு-ன்னே நான் மறுஉத்தரவு கொடுப்பேன்; அவர்கள் பேசும்போதே நான் கேட்பேன்.

~ ஏசாயா 65:24

இயேசு அவர்களை நோக்கி: என் பிதா இதுவ-ரைக்கும் கிரியைசெய்துவருகிறார், நானும் கி-ரியைசெய்துவருகிறேன் என்றார்.

~ யோவான் 5:17

இயேசு அவனுக்குப் பிரதியுத்தரமாக: நான் செய்கிறது இன்னதென்று இப்பொழுது நீ அறியாய், இனிமேல் அறிவாய் என்றார்.

~ யோவான் 13:7)

ஏனெனில் தேவனே தம்முடைய தயவு-ள்ள சி-த்தத்தின்படி விருப்பத்தையும் செய்கையை-யும் உங்களில் உண்டாக்குகிறவராயிருக்கிறார்.

~ பிலிப்பியர் 2:13)

தேவனே ஒருவரே செயல்படுகிறார் என்ற நிஜத்தை காண உங்கள் கண்கள் திறக்கப்பட்ட பிறகு, நீங்கள் இதனை வேத வசனங்கள் எங்கும் பார்ப்பீர்கள்.

தேவன் மனிதர்கள் மூலமாக செயல்படுகிறார்

தேவன் கிரியை செய்துக் கொண்டிருக்கிறார் என்பதை மாத்திரம் அல்ல, மனிதர்கள் மூலமாக அவர் கிரியை நடப்பிக்கிறார் என்பதையும் வேதம் நமக்கு விளக்குகிறது:

யோசேப்பின் எஜமான் அவனைப் பிடித்து, ராஜாவின் கட்டளையால் காவலில் வைக்கப்பட்டவர்கள் இருக்கும் சிறைச்சாலையிலே அவனை ஒப்புவித்தான். அந்தச் சிறைச்சாலையில் அவன் இருந்தான். கர்த்தரோ யோசேப்போடே இருந்து, அவன்மேல் கிருபைவைத்து, சிறைச்சாலைத் தலைவனுடைய தயவு அவனுக்குக் கிடைக்கும்படி செய்தார்.

~ ஆதியாகமம் 39:20-21

இராத்திரியிலே கர்த்தர் பவுலுக்குத் தரிசனமாகி: நீ பயப்படாமல் பேசு, மவுனமாயிராதே; நான் உன்னுடனேகூட இருக்கிறேன், உனக்குத் தீங்குசெய்யும்படி ஒருவனும் உன்மேல் கைபோடுவதில்லை; இந்தப் பட்டணத்தில் எனக்கு அநேக ஜனங்கள் உண்டு என்றார்.

~ அப்போஸ்தலர் 18:9-10

> நீ எழுந்து, சீதோனுக்கடுத்த சாறிபாத் ஊருக்குப் போய், அங்கே தங்கியிரு; உன்னைப் பராமரிக்கும்படி அங்கே இருக்கிற ஒரு விதவைக்குக் கட்டளையிட்டேன் என்றார்.
>
> ~1 இராஜாக்கள் 17:9

ஜனங்கள் கிரியை செய்ய வேண்டியத்தில்லை என்பதை இந்த வசனங்கள் நிரூபிக்கின்றன, ஏனென்றால், தேவன் மாத்திரமே. ஜனங்கள் மூலமாகவும், எல்லா சிருஷ்டிப்பின் மூலமாகவும் தேவன் கிரியை செய்கிறார்.

தேவன் எப்பொழுதுமே கிரியை செய்து கொண்டிருகிறார்

தேவன் வேலை செய்யாத நேரமே கிடையாது. தேவன் ஒருவர் மாத்திரமே எப்பொழுதும் கிரியை செய்து கொண்டிருப்பவர். தேவன் செய்ய நினைக்கும் கிரியைகள் அவரால் மாத்திரமே செய்ய முடியும்.

தேவன் மாத்திரமே செய்யக்கூடிய செயல்கள்:

1. பாவத்தை குறித்து உலகத்தை உணர்த்துவது
2. பாவத்தை மன்னிப்பது
3. ஜனங்கள தம்மோடு ஒப்புரவாக்குவது
4. உலகத்தை நியாயந்தீர்ப்பது
5. உலகத்தை மீட்பது

தேவனால் மாத்திரமே குருடரை சுகமாக்க முடியும்.

தேவனால் மாத்திரமே கட்டுண்டவர்களை விடு-தலையாக்க முடியும்.

தேவனால் மாத்திரமே நம்மை நாமே அழி-த்து-க்கொள்ளக் கூடுய தவறான வழிமுறைக-ளிலிரு-ந்து மீட்டெடுக்க முடியும்.

மாத்திரம் என்றால் மாத்திரமே.

தேவன் மாத்திரமே செய்யக்கூடியவைகளை நாம் செய்ய முயற்சிக்கும்போது பிரச்சனைகளில் மாட்டி-க்கொள்கிறோம். சீஷர்களை கேட்கவேண்டி-யவை:

> வீட்டில் அவர் பிரவேசித்தபொழுது, அவரு-டைய சீஷர்கள்: அதைத் துரத்திவிட எங்களால் ஏன் கூடாமற்போயிற்று என்று அவரிடத்தில் தனி-த்துக் கேட்டார்கள். அதற்கு அவர்: இவ்வகைப் பிசாசு ஜெபத்-தினாலும் உபவாசத்தினாலுமே-யன்றி மற்றெ-வ்விதத்தினாலும் புறப்பட்டுப்போ-காது என்றார்.

~ மாற்கு 9:28-29

சில மொழிப்பெயர்ப்புகளில் “ஜெபத்தினாலும் உபவாசத்தினாலும் மட்டுமே” என்று குறிப்பிடப்-பட்டு-ள்ளது.

ஒரு குறுப்பிட்ட நேரத்தில், ஒவ்வொரு குடும்பத்தி-லும் தேவன் மாத்திரமே செய்யக்கூடிய-வைகளை கட்டுப்படுத்த அன்பான ஒருவர் முயற்சிப்பதுண்டு. ஒருவருக்கொருவர் குற்றப்படுத்த, மாற்ற, கட்டுப்படு-த்த முயற்சிக்கிறோம். இது அர்த்தம-ற்றதாயிருந்தா-லும் நம்மால் மாற்றத்தை கொண்டு வரமுடியும் என்று நினைத்து அதை முற்சிக்கிறோம்.

இதனை சோதித்து பார்ப்போம். யோவான் 3:16. தேவன் இந்த உலகத்தில் அன்புகூர்ந்ததினாலே இயேசுவை கொடுத்தார்.

இயேசுவை யார் கொடுத்தார்? _____

தேவன் என்பதே ஒரே பதில். இந்த வாக்கியத்தில் வேறு யாரையும் சேர்க்க முடியாது.

இந்த உலகத்தை மீட்க என்ன தேவையோ அதை தேவனால் மாத்திரமே கொடுக்க முடியும். தேவனால் மாத்திரமே கொடுக்க முடியும், கொடுத்தார். யோவான் 3:16ல் எந்த மனிதனோ எந்த ஊழிய திட்டங்களோ நிச்சயமாய் இல்லை. செய்ய வேண்டிய கிரியையை தேவனே செய்தார். அது இன்றைக்கும் உண்மையாய் இருக்கிறது.

மாத்திரம் என்றால் மாத்திரமே.

அடுத்த அத்தியாயத்தில் தேவன் என்றால் தேவனே என்பதை பார்க்கப் போகிறோம்.

தேவன் மாத்திரமே கிரியை செய்கிறார்.

ஆனபடியினாலே, அவருடைய
இளைப்பாறுதலில் பிரவேசிப்பத-
ற்கேதுவான வாக்குத்தத்தம் நமக்கு-
ண்டாயிருக்க, உங்களில் ஒருவனும்
அதை அடையாமல் பின்வாங்கிப்போன-
வனாகக் காணப்படாதபடிக்குப் பயந்திருக்-
கக்கடவோம். ஏனெனில், சுவிசேஷம்
அவர்களுக்கு அறிவிக்கப்பட்டதுபோல
நமக்கும் அறிவிக்கப்பட்டது; கேட்டவர்கள்
விசுவாசமில்லாமல் கேட்டபடியினால்,
அவர்கள் கேட்ட வசனம் அவர்களுக்குப்
பிரயோஜனப்படவில்லை.

~ எபிரேயர் 4:1-2

தேவன் மாத்திரமே கிரியை செய்கிறார்

| அத்தியாயம் 3

தேவன்

தேவன் என்றால் தேவனே.

நீங்கள் அல்ல, நான் அல்ல, தேவனே கிரியை செய்கிறார்.

இதனை நீங்கள் நம்புகிறீர்களா?

தேவன் தான் தேவன், நாம் அல்ல என்ற வாக்கியங்கள் உங்களுக்கு நன்றாய் தெரியும் என்று நினைக்கிறேன். தயவு கூர்ந்து இந்த வசனங்களை நிதானமாய் வாசிக்கவும்.

> தேவனாகிய கர்த்தர் மனுஷனைப் பூமியின் மண்ணினாலே உருவாக்கி, ஜீவசுவாசத்தை அவன் நாசியிலே ஊதினார், மனுஷன் ஜீவாத்-துமாவானான்.
>
> ~ அதியாகமம் 2:7

நீர் அவனை தேவதூதரிலும் சற்று சிறியவனா-
க்கினீர்; மகிமையினாலும் கனத்தினாலும்
அவனை முடிசூட்டினீர்.

~ சங்கீதம் 8:5

மனுஷன்   தேவனைப்பார்க்கிலும்   நீ-
திமா-னாயிருப்பானோ? மனுபுத்திரன் தன்னை
உண்டாக்கினவரைப்பார்க்கிலும்   சுத்தமா-
யிரு-ப்பானோ?

~ யோபு 4:17

இஸ்ரவேலின்   ஜெயபலமானவர்   பொய்
சொல்-லுகிறதும் இல்லை; தாம் சொன்னதை-
ப்பற்றி மனஸ்தாபப்படுகிறதும் இல்லை; மனம்
மாற அவர் மனுஷன் அல்ல என்றான்.

~ 1 சாமுவேல் 15:29

இயேசு, அவர்களைப் பார்த்து: மனுஷரால் இது
கூடாததுதான்; தேவனாலே எல்லாம் கூடும்
என்றார்.

~ மத்தேயு 19:26

தேவனுக்கும் நமக்கும் இருக்கும் வித்தியாச-
த்தை குறித்து தேவன் என்ன சொல்கிறார் என்பதை
பாரு-ங்கள்:

ஆகையால், பொல்லாதவர்களாகிய நீங்கள்
உங்கள்   பிள்ளைகளுக்கு   நல்ல   ஈவுக-
ளைக்   கொடுக்க   அறிந்திரு-க்கும்போது,
பரலோகத்தி-லிருக்கிற உங்கள் பிதா தம்மி-
டத்தில்   வேண்டிக்கொள்ளுகிறவர்களுக்கு

நன்மை-யானவைகளைக் கொடுப்பது அதிக நிச்சயம் அல்லவா?

~ மத்தேயு 7:11

பொய் சொல்ல தேவன் ஒரு மனிதன் அல்ல; மனம்மாற அவர் ஒரு மனுபுத்திரனும் அல்ல; அவர் சொல்லியும் செய்யாதிருப்பாரா? அவர் வசனித்தும் நிறைவேற்றாதிருப்பாரா?

~ எண்ணாகமம் 23:19

கர்த்தர் இஸ்ரவேல் குடும்பத்தாருக்குச் சொ-ல்லியிருந்த நல்வார்த்தைகளிலெல்லாம் ஒரு வார்த்தையும் தவறிப்போகவில்லை; எல்-லாம் நிறைவேறிற்று.

~ யோசுவா 21:45

தேவனுடைய பாதுகாப்பு இல்லாமல் நாம் தேவனை பார்த்தால், அவரை தொட்டால் அல்-லது அவருடைய பிரசன்னத்துக்குள் வந்தால் என்ன நட-க்கும் என்று வேதம் சொல்வதை நாம் நினை-வுகூரு-வோம்.

"நீ என் முகத்தைக் காணமாட்டாய், ஒரு மனு-ஷனும் என்னைக் கண்டு உயிரோடிருக்-கக்கூ-டாது என்றார்"

~ யாத்திராகமம் 33:20

பாளயம் புறப்படும்போது, ஆரோனும் அவன் கு-மாரரும் பரிசுத்த ஸ்தலத்தையும் அதினு-டைய சகல பணிமுட்டுகளையும் மூடித் தீர்ந்தபின்பு, கோகாத் புத்திரர் அதை எடுத்து-க்கொண்டு-

போகிறதற்கு வரக்கடவர்கள்; அவர்கள் சாகாதபடிக்குப் பரிசுத்தமானதைத் தொடா-திருக்கக்கடவர்கள்; ஆசரிப்புக் கூடா-ரத்திலே கோகாத் புத்திரர் சுமக்கும் சுமை இ-துவே.

~ எண்ணாகமம் 4:15

அப்பொழுது கர்த்தருக்கு ஊசாவின்மேல் கோ-பமூண்டது; அவனுடைய துணிவினி-மித்தம் தேவன் அங்கே அவனை அடித்-தார்; அவன் அங்கே தேவனுடைய பெட்டியண்டை-யில் செத்தான்.

~ 2 சாமுவேல் 6:7

கிருபாசனத்தின்மேல் ஒரு மேகத்தில் நான் கா-ணப்படுவேன்; ஆதலால் உன் சகோதரனாகிய ஆரோன் சாகாதபடி, பரிசுத்த ஸ்தலத்திலே திரைக்கு உட்புறத்திலிருக்கிற பெட்டியின்மே-லுள்ள கிருபாசன மூடிக்கு முன்பாகச் சகல வேளையிலும் வரவேண்டாம் என்று அவனு-க்குச் சொல்.

~ - லேவியராகமம் 16:2

தேவனுடைய இரக்கம் மற்றும் மனதுருக்கம் இல்லையென்றால் நாம் அவருடைய சமுகத்தில் எரி-ந்துவிடுவோம். தேவனை போல் ஒருவரும் இல்லை.

> **வேதம் மிக தெளிவாக நம்மிடத்திலிருந்து தேவனை பிரிக்கிறது. உண்மை என்னவென்றால்,**

இயேசு உங்களுக்கு சமமானவர் அல்ல. தேவனை போல வேறொருவர் இல்லை.

நாம் அல்ல. தேவன் ஒருவரே தேவன். இதனை நாம் உறுதியாய் நம்ப வேண்டும்.

பரிசுத்தமான பிரமிப்பும் பயமும் தான் நாம் தே-வனுக்கு கொடுக்கிற சரியான செயல்பாடாகும். இந்த வெளிப்பாடே தேவனுக்கு முன்பாக தாழ்மை-ப்பட நம்மை வழிநடத்த வேண்டும். இந்த வெளிப்பாடு தான் தேவனுடைய அழைப்பை குறித்த புரிதலுக்கு நம்மை கொண்டு செல்ல வேண்டும்.

தேவனே கிரியை செய்கிறார் என்ற வெளிப்பாட்டி-ல், தேவன் என்றால் தேவனே..

சத்துருவானவனின் தந்திரத்திலிருந்து வெளியே வந்து, தேவன் என்றால் தேவனே என்ற சத்தியத்தை ஏற்றுக்கொள்ளக்கூடிய சரியான நேரம் இதுவே. தே-வனுடைய கிரியை என்று வரும்போது, ஒரு தேவன் இருக்கிறார், நாம் தேவன் அல்ல. நாம் தேவனா-யிருப்பதை அவர் எதிர்ப்பார்க்கவில்லை. மாறாக, நாம் அவரை அனுபவித்து, அவருடைய கிரியைக-ளில் அவரோடு இணைத்து கொள்ள நம்-மை அழை-க்கிறார். நமக்குள் நம் மூலமாக கிரியை செய்ய அவர் நம்மை அழைக்கிறார்.

தேவனால் மாத்திரமே செய்யக்கூடிய கிரியை-கள் தான் பரலோகத்தில் இன்று முக்கியத்துவம் வாய்ந்ததாய் இருக்கிறது. இயேசு போய் நமக்காக ஒரு இடத்தை ஆயத்தப்படுத்துவதாக சொன்னது முற்-றிலும் உண்மையே. தேவன் மாத்திரமே நமக்காக

ஒரு இடத்தை ஆயத்தப்படுத்துகிறார், வேறு யாரும் அல்ல.

தேவன் இரட்சிக்கிறார்.

தேவன் சுகமாக்குகிறார்.

தேவன் விடுவிக்கிறார்.

தேவன் வழிநடத்துகிறார்.

தேவன் கொடுக்கிறார்.

தேவன் சிருஷ்டிக்கிறார்.

தேவன் மீட்டெடுக்கிறார்.

தேவன் ஜீவனளிக்கிறார்.

தேவன் தான் தேவன்.

தேவன் செய்வதை உங்களால் செய்ய முடியாது. இல்லையென்றால் நீங்கள் தேவனாகி விடுவீர்கள்.

தேவன் பார்ப்பதை நாமும் பார்க்க வேண்டிய நேரம் இது. தேவனுக்கு அவர் தான் தேவன் என்பதும் அவர் செய்யக்கூடியவைகளை அவர் மாத்திரமே செய்ய முடியும் எனபதும் தெரியும். நாம் தேவனை போல் இருப்பதற்கு அவர் அனுமதி அளிக்கப்போவதில்லை. அவர் மாத்திரமே செய்யக்கூடியவைகளை நாம் செய்ய அவர் நிர்ப்பந்திக்கப் போவதில்லை.

ஒரு தகப்பன் தன்னுடைய நான்கு வயது மகன் வாகனத்தை ஓட்ட எதிர்ப்பார்ப்பதாக யோசித்து பாருங்கள். குழந்தை வளர்ப்பு என்பது பெற்றோர் மாத்திரமே செய்கிற வேலையாகும். பெற்றோர் மா-த்திரமே செய்யக்கூடியவைகளை ஒரு பிள்ளை செய்யும்படி-

யாய் எதிர்ப்பார்ப்பது ஒரு மோசமான தண்-டனை-க்குரிய செயலாகும்.

தேவனுடைய வேலைகளில், தேவன் மாத்திரமே செயல்படுகிறார். தேவன் நம்மை அவருக்கென்று அழைக்கிறார். அவர் மாத்திரம் செய்கிற வேலை-யை நாம் செய்ய அவர் ஒருபோதும் நம்மை அழை-ப்பதி-ல்லை. "கிரியை செய்" என்ற வார்த்தையை சத்து-ருவானவன் நம்முடைய காதுகளில் ஓதுகிறான். தேவனுக்கு தெரியும் அவர் தான் தேவன் என்று. அவர் தான் செயல்படுகிறவர் என்று அவருக்கு தெரியும். அவருக்காக உழைக்க நம்மில் யாரையும் அவர் ஒரு-போதும் அழைக்கமாட்டார்.

தேவன் மட்டுமே தேவன்.

அடுத்த அத்தியாயத்தில் நாம் "கிரியை" என்ற வா-ர்த்தையை ஆழமாய் பார்ப்போம்.

தேவனே கிரியை செய்கிறார்.

விசுவாசித்தவர்களாகிய
நாமோ அந்த இளைப்பாறுதலில்
பிரவேசிக்கிறோம்; அவருடைய
கிரியைகள் உலகத்தோற்றமுதல்
முடிந்திருந்தும்: இவர்கள்
என்னுடைய இளைப்பாறுதலில்
பிரவேசிப்பதில்லையென்று என்னுடைய
கோபத்திலே ஆணையிட்டேன்
என்றார்.மேலும், தேவன் தம்முடைய
கிரியைகளையெல்லாம் முடித்து
ஏழாம் நாளிலே ஓய்ந்திருந்தார்
என்று ஏழாம்நாளைக்குறித்து
ஓரிடத்தில் சொல்லியிருக்கிறார்.
அன்றியும், அவர்கள் என்னுடைய
இளைப்பாறுதலில் பிரவேசிப்பதில்லை
என்றும் அந்த இடத்திலேதானே
சொல்லியிருக்கிறார்"

~ எபிரெயர் 4:3-5

<table>
<tr><td>தேவன் மாத்திரமே கிரியை செய்கிறார்</td><td>| அத்தியாயம் 4
கிரியை</td></tr>
</table>

கிரியை என்றால் கிரியையே

அதின் அர்த்தம் ஏதோ ஒன்றை செய்வது. உண்டா-க்குவது. மாற்றுவது. செய்தல்.

நாம் தேவனுக்காக வேலை செய்ய அவர் நம்மை அழைக்கவில்லை.

அவருடைய பிரசன்னத்தில் இருக்க அவர் நம்மை அழைத்திருக்கிறார்.

இருப்பதற்கும் செய்வதற்கும் மிக பெரிய வித்தியாசம் உண்டு.

மனிதனின் வீழ்ச்சியிலிருந்து, நாம் செய்யும் காரி-யங்களிலிருந்து நம்முடைய அடையாளத்தை பெற்று-கொள்கிறோம். ஒரு புதிய நபரை நாம் சந்தித்த உடனே பின்வரும் கேள்விகளை அவர்களிடம் கேட்கிறோம்:

- நீங்கள் என்ன செய்கிறீர்கள்?
- எங்கே வேலை செய்ட்கிறீர்கள்?
- உங்கள் வாழ்வாதாரத்திற்கு நீங்கள் என்ன செய்கிறீர்கள்?

நாம் நம்முடைய வேலையிலிருந்து அடை-யாள-ப்படுத்துகிறோம். சிருஷ்டிப்பிலே தேவனோடு இருப்-பது தான் ஆதாம் ஏவாளின் அடையாளமாய் இருந்தது. வீழ்ந்ததின் விளைவாக, கிரியைக்கும் இரு-ப்பதற்கும் இடையான போரிலே நாம் இருக்கிறோம்.

ஆதியாகமம் 2:15ல் இப்படியாக வாசிக்கிறோம்: தேவனாகிய கர்த்தர் மனுஷனை ஏதேன் தோட்டத்தி-ல் அழைத்துக்கொண்டுவந்து, அதைப் பண்படுத்தவு-ம் காக்கவும் வைத்தார்.

ஒரு பொறுப்பான வேலையை கொடுத்தலை பார்க்கிலும் தேவனோடு கூட்டணியாக தோட்டத்தி-ல் இருப்பதை இது காண்பிக்கிறது. சிருஷ்டிப்பில், சுத்தி-கரிப்பதற்கான களைகள் எதுவும் இல்லை, வியர்வை சிந்தக்கூடிய எந்த வேலையும் ஆதாமுக்கு இல்லை. வேலை செய்யும்படியான எந்த பொறு-ப்புக-ளும் சிரு-ஷ்டிப்பில் இடம்பெறவில்லை.

அவர்கள் தேவனை எதிர்த்த பிறகு, நன்மை தீமை அறியத்தக்க விருட்சத்தின் கனியை புசித்தபோது, இப்படியாக வாசிக்கிறோம்:

அவர் ஸ்திரீயை நோக்கி: நீ கர்ப்பவதியா-யிரு-க்கும்போது உன் வேதனையை மிகவும் பெருகப்பண்ணுவேன்; வேதனையோடே பிள்ளை பெறுவாய்; உன் ஆசை உன் பு-

ருஷ-னைப் பற்றியிருக்கும், அவன் உன்னை ஆண்டு-கொள்ளுவான் என்றார். பின்பு அவர் ஆதாமை நோக்கி: நீ உன் மனைவியி-ன் வார்த்தைக்குச் செவிகொடுத்து, புசிக்க-வேண்டாம் என்று நான் உனக்கு விலக்கின விருட்சத்தின் கனியைப் புசித்தபடியினாலே, பூமி உன் நிமித்தம் சபிக்கப்பட்டிருக்கும்; நீ உயிரோடிருக்கும் நாளெல்லாம் வருத்தத்தோடே அதின் பலனைப் புசிப்பாய். அது உனக்கு முள்ளும் குருக்கும் முளைப்பிக்கும்; வெளியின் பயிர்வ-கைகளைப் புசிப்பாய். நீ பூமியிலிருந்து எடுக்கப்பட்டபடியால், நீ பூமிக்குத் திரும்பு-மட்-டும் உன் முகத்தின் வேர்வையால் ஆகாரம் புசிப்பாய்; நீ மண்ணாயிருக்கிறாய், மண்ணுக்-குத் திரும்புவாய் என்றார்.

~ ஆதியாகமம் 3:16-19

தேவனுடைய நியாயத்தீர்ப்பினாலே அவர்கள் ஏதேன் தோட்டமான சொர்க்கத்தை இழந்தார்கள். இரண்டு காரியங்கள் நடந்தது:

1. தேவனுடைய சமுகத்திலிருந்து பிரி-க்க-ப்பட்டார்கள்.

2. வேலையினால் சபிக்கப்பட்டார்கள்.

இங்கே தான் நாம் தேவனுடைய சமுகத்திற்கு விலகி போய், அவருக்காக வேலை செய்ய வேண்டும் என்ற சத்துருவின் பொய்யை பெற்றுக்கொள்கிறோம். இது ஒரு பொய். இது உண்மை அல்ல.

“பாருங்கள், ஆதாமும் ஏவாளும் வேலை செய்ய வேண்டும்” என்று ஒரு சிலர் தர்க்கிப்பார்கள். அந்த வசனங்களை மறுபடியும் கவனியுங்கள். “வேலை” என்பதை எங்கே பார்க்கிறீர்கள்? உண்மையில் வே-லைக்கான எந்த பொறுப்பும் அங்கில்லை. வேலை என்ற சாபம் தான் இருக்கிறது. ஸ்த்ரீயானவள் பிரச-வத்தில் கஷ்டப்படுவாள், மனுஷன் ஆகாரத்து-க்கு உழைப்பான். இங்கே தான் “கிரியை செய்ய அழை-த்திருக்கிறார்” என்ற சத்துருவானவன் சத்தமி-டுவா-ன். இது நூதனாய் இருந்தாலும் உண்மை அல்ல. நாம் தேவனுக்காக உழைக்க வேண்டும் என்ற கட்டாயம், சத்துருவின் வாயிலிருந்து வந்த பொய்யாகும்.தேவனு-க்காக உழைக்க வேண்டும் என்ற கட்டாயம் தேவன் கொடுத்த பொறுப்பு அல்ல.

ரோமர் 12:11 போன்ற வசனங்களை சத்துரு தவறாக காட்ட விரும்புகிறான்.”அசதியாயிராமல் ஜா-க்கிரதையாயிருங்கள்; ஆவியிலே அனலாயிருங்-கள்; கர்த்தருக்கு ஊழியஞ்செய்யுங்கள்”. ஆனால் ரோமர் 12ஐ கவனமாக பார்த்தால், ஒரு எஜமா-னனிடமிருந்து பொறுப்புகளை அல்ல, ஒரு தகப்பனி-டமிருந்து வர-ங்களை தேவன் கொடுப்பதை காண முடியும்.

> **வேதாகமத்தில் எந்த இடத்திலும் தேவன் வேலை பொறுப்புகளை கொடுத்ததில்லை.**

வேலைக்கும் உழைப்புக்கும் எந்த வித்தியாசமும் இல்லை. உழைப்பதென்பது துன்பத்தை சந்திப்ப-தாகும். ஸ்த்ரீயானவள்

பிரசவத்தின்போது வேதனை-ப்படுவாள் என்று தேவன் சொன்னார். மனுஷன் உஷ்ணத்திலே பயிரிடும்போது வியர்வை சிந்துவான் என்று சொன்னார். தோட்டத்திலே வந்த சாபமானது வீழிச்சியின் விளைவை காண்பிக்கிறதே அல்லாமல், நம்முடைய அடையாளத்தை காட்டவில்லை.

தெரிந்தெடுத்தல்

வீழ்ச்சிக்கு காரணம் வேலை அல்ல, அவர்களி-ன் தேர்வு. வீச்சிக்கு முன்னால் ஆதாமும் ஏவாளும் 100 சதவீதம் தேவனோடு தொட-ர்பில் இருந்தா-ர்கள். அவர்கள் எப்பொழுதும் தேவ-னோடு ஐக்கி-யமாய் இருந்தார்கள். அவர்கள் ஆத்துமாக்களில் நன்-றாய் இருந்தார்கள். தேவனோடு சமாதானமாய் இருந்தா-ர்கள். தேவ சாயலிலே உண்டாக்கப் பட்டி-ருந்தார்கள். அவர்கள் பாதுகாப்பாக, முக்கியமானவ-ர்களாக, தேவனால் ஏற்றுக்கொ-ள்ளபட்டவர்களாய் இருந்தார்கள். தேவசமுகத்தில் இருப்பதே அவர்கள் அடையாளமாயிருந்தது.

வீழ்ச்சிக்கு பின் அவர்கள் தோட்டத்திலிருந்து து-ரத்தப்பட்டு, தேவ சமுகத்தில் இருந்து பிரிக்கப்-பட்டா-ர்கள். தேவன் அவர்களை எச்சரித்திருந்தார்.

தேவனாகிய கர்த்தர் மனுஷனை ஏதேன் தோட்டத்தில் அழைத்துக்கொண்டுவந்து, அதைப் பண்படுத்தவும் காக்கவும் வைத்தார். தேவனாகிய கர்த்தர் மனுஷனை நோக்கி: நீ தோட்டத்திலுள்ள சகல விருட்சத்தின் கனி-

யையும் புசிக்கவே புசிக்கலாம். ஆனாலும் நன்மை தீமை அறியத்தக்க விருட்சத்தின் கனியைப் புசிக்கவேண்டாம்; அதை நீ புசிக்கும் நாளில் சாகவே சாவாய் என்று கட்டளையிட்டார்.

~ ஆதியாகமம் 2:15-17

சத்துருவானவன் அவர்களை வஞ்சித்துவிட்டான்:

தேவனாகிய கர்த்தர் உண்டாக்கின சகல காட்டு ஜீவன்களைப்பார்க்கிலும் சர்ப்பமானது தந்திரமுள்ளதாயிருந்தது. அது ஸ்திரீயை நோக்கி: நீங்கள் தோட்டத்திலுள்ள சகல விருட்சங்களின் கனியையும் புசிக்கவேண்டாம் என்று தேவன் சொன்னது உண்டோ என்றது.

ஸ்திரீ சர்ப்பத்தைப் பார்த்து: நாங்கள் தோட்-டத்திலுள்ள விருட்சங்களின் கனிகளைப் புசி-க்கலாம்; ஆனாலும், தோட்டத்-தின் நடுவில் இருக்கிற விருட்சத்தின் கனியைக்-குறித்து, தேவன்: நீங்கள் சாகாதபடிக்கு அதைப் புசிக்-கவும் அதைத் தொடவும் வேண்டாம் என்று சொன்னார் என்றாள்.

அப்பொழுது சர்ப்பம் ஸ்திரீயை நோக்கி: நீங்கள் சாகவே சாவதில்லை; நீங்கள் இதை-ப் புசிக்கும் நாளிலே உங்கள் கண்கள் திறக்கப்-படும் என்றும், நீங்கள் நன்மை தீமை அறிந்து தேவ-ர்களைப்போல் இருப்பீர்கள் என்றும் தே-வன் அறிவார் என்றது.

அப்பொழுது ஸ்திரீயானவள், அந்த விருட்சம் புசிப்புக்கு நல்லதும், பார்வைக்கு இன்பமும், புத்தியைத் தெளிவிக்கிறதற்கு இச்சிக்கப்படத்தக்க விருட்சமுமாய் இருக்கிறது என்று கண்டு, அதின் கனியைப் பறித்து, புசித்து, தன் புருஷனுக்கும் கொடுத்தாள்; அவனும் புசித்தான். அப்பொழுது அவர்கள் இருவருடைய கண்களும் திறக்கப்பட்டது; அவர்கள் தாங்கள் நிர்வாணிகள் என்று அறிந்து, அத்தியிலைகளைத் தைத்து, தங்களுக்கு அரைக்கச்சைகளை உண்டுபண்ணினார்கள்.

பகலில் குளிர்ச்சியான வேளையிலே தோட்டத்தில் உலாவுகிற தேவனாகிய கர்த்தருடைய சத்தத்தை அவர்கள் கேட்டார்கள். அப்பொழுது ஆதாமும் அவன் மனைவியும் தேவனாகிய கர்த்தருடைய சந்நிதிக்கு விலகி, தோட்டத்தின் விருட்சங்களுக்குள்ளே ஒளித்துக்கொண்டார்கள். அப்பொழுது தேவனாகிய கர்த்தர் ஆதாமைக் கூப்பிட்டு: நீ எங்கே இருக்கிறாய் என்றார்.

அதற்கு அவன்: நான் தேவரீருடைய சத்தத்தைத் தோட்டத்திலே கேட்டு, நான் நிர்வாணியாயிருப்பதினால் பயந்து, ஒளித்துக்கொண்டேன் என்றான்.

அப்பொழுது அவர்: நீ நிர்வாணி என்று உனக்கு அறிவித்தவன் யார்? புசிக்கவேண்டாம் என்று நான் உனக்கு விலக்கின விருட்சத்தின் கனியைப் புசித்தாயோ என்றார்.

அதற்கு ஆதாம்: என்னுடனே இருக்கும்படி தேவரீர் தந்த ஸ்திரீயானவள் அவ்விருட்சத்தி-ன் கனியை எனக்குக் கொடுத்தாள், நான் பு-சித்-தேன் என்றான்.

அப்பொழுது தேவனாகிய கர்த்தர் ஸ்திரீயை நோக்கி: நீ இப்படிச் செய்தது என்ன என்றார்.

ஸ்திரீயானவள்: சர்ப்பம் என்னை வஞ்சித்தது, நான் புசித்தேன் என்றாள்.

~ ஆதியாகமம 3:1-13

அவர்கள் சரீரத்தில் மரிக்கவில்லை. ஆவியில் மரி-த்தார்கள். இப்பொழுது தேவ சமுகத்தில் இருப்பது கட்டாயமானது அல்ல.

வீழிச்சியின் அடிப்படை காரணம் தேர்வு செய்தது. வீழ்ச்சிக்கு முன், தேவ சமூகம் எப்பொழுதுமே இரு-ந்தது. வீழ்ச்சிக்கு பின் அது அப்படியாக இல்லை.

உடல் உழைப்பு என்பது வீழ்ச்சியின் சாபமாகும்.

நாம் தேவனுடைய சமூகத்தில் இருப்பதை விட, அவருக்காக போய் வேலை செய்யும்படியாய் சத்துரு-வானவன் நம்மை தூண்டுகிறான். தோட்ட-த்தில் அவன் செய்ததை போலவே, அவன் தூண்டுவ-தை நிறுத்தவில்லை.

இந்த சோதனையை குறித்து எனக்கு நன்றாய் தெரியும். பல காலமாக தேவனுக்காக கிரியை செய்ய

என்னை அர்ப்பணித்தேன். தேவனுக்காக உழை-ப்ப-தில் நான் மிகவும் கவனமாயிருந்தால் அவரோடு இருக்க எனக்கு நேரமில்லாமல் இருந்தது. தேவன் என்ன செய்ய சொன்னாரோ அதை நான் செய்கிறே-ன் என்று ஏமாற்றப்பட்டிருந்தேன். கர்த்தர் நிச்சயமா-ய் என்னை அழைத்தார். சத்துருவானவன் 'வேலை செய்ய' என்ற வார்த்தையை சேர்த்துவிட்டான். நான் அதை ஏற்றுக்கொண்டேன்.

தேவனுக்காக உழைப்பதில் அடிமைப்பட்டேன். என் சபை தலைவர்கள் என்னை பாராட்டினர். நான் தொட்டதெல்லாம் வளர்ந்தது. எங்கள் ஐக்கியத்தி-ல் இருந்த வேகமாக வளர்ந்துகொண்டிருந்த திரு-ச்சபை-யை நான் தலைமை தாங்கினேன். ஆனால் உள்-ளுக்குள் நான் மரித்துக்கொண்டிருந்தேன். தூக்கம் குறை-ந்தது. என் நோய் எதிர்ப்பு ஆற்றல் பெல-வீனமடைந்தது. கிட்டத்தட்ட மரித்துவிட்டேன்.

1998ம் வருடத்தில், தேவன் என்னை இந்தியா-விற்கு அழைத்து சென்று, எந்த விதமான அடிப்ப-டை வசதிகளும் இல்லாத கிறிஸ்தவர்களை எனக்கு காண்பித்தார். இருந்தும் அவர்கள் முழு மனதோடு தேவ பிரசன்னத்தை தேடினார்கள். அனைவரும் தேவனுடைய சுகமாக்குதலையும், அற்புதங்களை-யும், பாதுகாப்பையும் குறித்து சாட்சியி-ட்டார்கள். இந்தியாவிலிருந்து விமானத்தில் திரும்ப வரும்போ-து, தேவனுடைய பிரசன்னத்தை உண்-மையாய் என் வாழ்நாள் முழுதும் தேட. என்னை அர்ப்பணித்தேன்.

அப்பொழுதுதான் நான் தேவ சமூகத்தை தேடுவதை என் குறிக்கோளாய் வைத்தேன். அப்-பொழுது தான் புரிந்து கொண்டன் தேவன் செய்ய

நினைக்கும் வேலைகளை அவரால் மாத்திரமே செய்ய முடியும் என்பதை.

இப்பொழுது சத்துருவின் பொய்களை அறிந்து கொண்டேன். தேவன் என்னை அவருக்காக உழைக்க அல்ல, அவரோடு இருக்கவே அழைத்தார் என்று இப்பொழுது புரிந்துகொண்டேன். தேவனுடைய வே-லையில், அவர் மாத்திரமே செயல்படுகிறார் என்பதை இப்பொழுது புரிந்து கொண்டேன்.

தேவன் மாத்திரமே...

- பாவத்தை குறித்து உலகத்தை கண்டித்து உணர்த்த முடியும்.
- நீதியை குறித்து உலகத்தை கண்டித்து உணர்த்த முடியும்.
- வரவிருக்கும் நியாயத்தீர்ப்பைக் குறித்து உலகத்தை கண்டித்து உணர்த்த முடியும்.
- ஜனங்களை தம்மிடத்தில் இழுத்துக் கொள்ள முடியும்.
- ஜனங்களை அவரை தேட வைக்க முடியும்.
- சத்தியத்தை வெளிப்படுத்த முடியும்.
- ஒரு நபரின் இருதயத்தை மாற்ற முடியும்.

தேவன் மாத்திரம் செய்யக் கூடியவைகளை வேத வசனங்கள் காண்பிக்கின்றன.

அவர் வந்து, பாவத்தைக்குறித்தும், நீதி-யைக்குறித்தும், நியாயத்தீர்ப்பைக்குறித்து-ம், உலகத்தைக் கண்டித்து உணர்த்துவார். அவர்கள் என்னை விசுவாசியாதபடியினாலே பாவத்தைக்குறித்தும், நீங்கள் இனி என்னைக் காணாதபடிக்கு நான் என் பிதாவினிடத்தி-ற்குப் போகிறபடியினாலே நீதி-யைக்குறித்தும், இந்த உலகத்தின் அதிபதி நியாயந்தீர்க்கப்ப-ட்டதி-னாலே நியாயத்தீ-ர்ப்பைக்குறித்தும், கண்டி-த்து உணர்த்துவார்.

~ யோவான் 16:8-11

என்னை அனுப்பின பிதா ஒருவனை இழுத்து-க்கொள்ளாவிட்டால் அவன் என்னிடத்தில் வரமாட்டான்; கடைசிநாளில் நான் அவனை எழுப்புவேன்.

~ யோவான் 6:44)

கர்த்தராகிய தம்மை அவர்கள் தடவியாகிலு-ம் கண்டுபிடிக்கத்தக்கதாகத் தம்மைத் தே-டும்-படிக்கு அப்படிச் செய்தார்; அவர் நம்மில் ஒரு-வருக்கும் தூரமானவரல்லவே.

~ அப்போஸ்தலர் 17:27

உம்முடைய சத்தியத்தினாலே அவர்களைப் பரிசுத்தமாக்கும்; உம்முடைய வசனமே சத்தி-யம்.

~ யோவான் 17:17

இப்படியிருக்க, ஒருவன் கிறிஸ்துவுக்கு-ள்ளி-ருந்தால் புதுச்சிருஷ்-டியாயிருக்கிறா-

ன்;பழை-யவைகள் ஒழிந்துபோயின, எல்லாம் புதிதாயின.

~ 2 கொரிந்தியர் 5:17

உங்களுக்கு நவமான இருதயத்தைக் கொ-டுத்து, உங்கள் உள்ளத்திலே புதிதான ஆவி-யைக் கட்டளையிட்டு, கல்லான இருதயத்தை உங்கள் மாம்சத்திலிருந்து எடுத்துப்போ-ட்டு, சதையான இருதயத்தை உங்களுக்குக் கொ-டுப்பேன்.

~ எசேக்கியேல் 36:26

தேவன் பொறுப்புகளை மனிதனுக்கு நியமித்தா-ர் என்பதை வேதத்தில் எங்கு தேடி பார்த்தாலும் கண்-டுபிடிக்க மாட்டீர்கள். தேவன் நம்மை கடினமாக உழைக்க அழைத்தார் என்று பலர் விவாதிக்கலாம். அவர்கள் 1 தீமோத்தேயு 5:8ஐ காண்பிப்பார்கள்.

ஒருவன் தன் சொந்த ஜனங்களையும், விசேஷ-மாகத் தன் வீட்டாரையும் விசாரி-யாமற்போ-னால், அவன் விசுவாசத்தை மறுதலித்தவனும், அவிசுவாசியிலும் கெட்டவ-னுமாயிருப்பான்.

இந்த வசனங்களையும் பரிசோதிப்போம்:

எங்கள் தேவனாகிய ஆண்டவரின் பிரியம் எங்கள்மேல் இருப்பதாக; எங்கள் கைகளின் கிரியையை எங்களிடத்தில் உறுதிப்படு-த்தும்; ஆம், எங்கள் கைகளின் கிரியையை எங்களி-டத்தில் உறுதிப்படுத்தியருளும்.

~ சங்கீதம் 90:17

> தன் நிலத்தைப் பயிரிடுகிறவன் ஆகாரத்-தினா-ல் திருப்தியடைவான்; வீணரைப் பின்பற்-றுகிற-வனோ மதியற்றவன்.
>
> ~ நீதிமொழிகள் 12:11

உண்மையாகவே நாம் சோம்பேறிகளாய் இல்லாமல், நம்முடைய குடும்பத்திற்காக நாம் கடி-னமாய் உழைக்கும்போது கர்த்தர் அதிலே மகிமை-ப்படுகிறார். வேலை என்றால் கிரியை என்பதை நாம் புரிந்துகொள்ள வேண்டும். தேவன் செய்ய நினைக்கு-ம் வேலையை அவர் மட்டுமே செய்ய முடியும். நம்மு-டைய வேலை, அவருடைய சமூகத்தை தேடுவது, தேடி அவர் அறிவுறைகளை பின்பற்றுவது. வேதாகமத்தி-ல் தேவன் ஜனங்களை தங்களுடைய வேலைகளை விட்டு அவருடைய சமூகத்திற்கு அழைப்பதை பா-ர்க்கிறோம்.

தேவன் ஜனங்களை தங்கள் வேலைகளிலிருந்து அழைத்தார்.

> இயேசு அவ்விடம் விட்டுப் புறப்பட்டு-ப்போ-கையில், ஆயத்துறையில் உட்கார்ந்திரு-ந்த மத்தேயு என்னும் ஒரு மனுஷனைக் கண்டு: எனக்குப் பின்சென்றுவா என்றார்; அவன் எழுந்து அவருக்குப் பின்சென்றான்.
>
> ~ மத்தேயு 9:9

> இயேசு கலிலேயாக் கடலோரமாய் நடந்து-போகையில், மீன்பிடிக்கி-றவர்களாயிருந்த இரண்டு சகோதரராகிய பேதுரு என்னப்பட்ட

சீமோனும், அவன் சகோதரன் அந்திரேயாவு-ம், கடலில் வலைபோட்டுக்கொண்டிருக்கி-றபோது, அவர்களைக் கண்டு: என் பின்னே வா-ருங்கள், உங்களை மனுஷரைப் பிடி-க்கிற-வர்களாக்குவேன் என்றார். உடனே அவர்-கள் வலைகளை விட்டு, அவருக்குப் பி-ன்செ-ன்றார்கள்.

~ மத்தேயு 4:18-20

ஆமோஸ் அமத்சியாவுக்குப் பிரதியுத்தரமாக: நான் தீர்க்கதரிசியுமல்ல, தீர்க்கதரிசியின் பு-த்திரனுமல்ல; நான் மந்தை மேய்க்கிறவ-னும், காட்டத்திப்பழங்களைப் பொறுக்கு-கிறவ-னுமாயிருந்தேன்.

~ ஆமோஸ் 7:14

வேதத்தில் எந்த இடத்திலும் தேவன் ஜனங்-களை அவர்களின் வேலையை கொண்டு அடையா-ளப்படு-த்தவில்லை. மாறாக, ஜனங்கள் வேலைகளை விட்டு கிறிஸ்துவை பின்பற்றுபவர்களாக மாறினதை பா-ர்க்கிறோம். மீன் பிடிக்கிறவர்களை தேவன் மனித-ர்க-ளை பிடிக்கிறவர்களாக மாற்றுகிறார்.

“எனக்கு பின் வாருங்கள்” என்று சொன்ன-திலி-ருந்து இது ஆரம்பித்தது. தேவனுடைய வே-லைக்கான இட ஒதுக்கீடல்ல இது. தேவன் உங்கள் மூலமாய் உங்களை கொண்டு அவருடைய வேலையை பூமியில் செய்யவும், அவருடைய சமூக-த்தில் இருக்கவும் உங்களுக்கு கொடுக்கும் அழைப்ப-து தான் இது.

பொறுப்புகளை நாம் தவறாய் புரிந்துகொண்டு விட்டோம்.

பிரசங்கி 5:12ல் நாம் எச்சரிக்கப்படுகிறோம்:

> வேலைசெய்கிறவன் கொஞ்சமாய்ப் புசித்தா-லும், அதிகமாய்ப் புசித்தாலும் அவன் நித்-திரை இன்பமாயிருக்கும்; செல்வனுடைய பெருக்கோ அவனைத் தூங்கவொட்டாது.

இது பொறுப்புகளை குறித்த அறிவை பற்றியது. தேவனுடைய வேலைக்கு நம்மை பொறுப்பாய் அவர் வைக்கவில்லை. நாம் இளைப்பாறாலாம், ஆனால் தேவனுக்கான வேலையை தவறாக எடுக்கும்போது, நாம் இளைப்பாற வேண்டிய சமயத்தில் கிரியை செய்து கொண்டிருப்போம். இந்த அழுத்தமானது நாம் அமை-

இதனை நான் உங்களுக்கு விளக்கட்டும்

சிருஷ்டிப்பில்

முக்கியத்துவம் வாய்ந்தது
பூமியை அளும்படியாக
தேவ சாயலில்
சிருஷ்டிக்கப்பட்டோம்.
(ஆதியாகமம் 1:27-28)

பாதுகாப்பானது
விதைதரும் சகலவிதப்
பூண்டுகளும்,
கனிமரங்களாகிய
சகலவித விருட்சங்களும்
உணவுக்காக
கொடுக்கப்பட்டது.
(ஆதியாகமம் 1:29)

Aஏற்றுக்கொள்ளப்பட்டது
தேவன் அவர்களை
நோக்கி: நீங்கள் பலுகிப்
பெருகி, பூமியை
நிரப்புங்கள் என்று
ஆசீர்வதித்தார்.
(ஆதியாகமம் 1:28)

வீழ்ச்சி

நன்மை தீமை
அறியத்தக்க
விருட்சம்

நமது அடையாளம்

கறைப்பட்டதில்

குற்ற உணர்வு
அவர்கள் தாங்கள் நிர்வாணிகள் என்று அறிந்து, அத்தியிலைகளைத் தைத்து, தங்களுக்கு அரைக்கச்சைகளை உண்டுபண்ணினார்கள். (ஆதியாகமம் 3:7)

பய உணர்வு
ஆதாமும் அவன் மனைவியும் தேவனாகிய கர்த்தருடைய சந்நிதிக்கு விலகி, தோட்டத்தின விருட்சங்களுக்குள்ளே ஒளித்துக்கொண்டார்கள். (ஆதியாகமம் 3:8)

நிராகரிப்பு
அவர் மனுஷனைத் துரத்திவிட்டு (ஆதியாகமம் 3:24) அது உனக்கு முள்ளும் குருக்கும் முளைப்பிக்கும்; வெளியின் பயிர்வகைகளைப் புசிப்பாய். நீ பூமியிலிருந்து எடுக்கப்பட்டபடியால், நீ பூமிக்குத் திரும்புமட்டும் உன் முகத்தின் வேர்வையால் ஆகாரம் புசிப்பாய் (ஆதியாகமம் 3:18.19).

இரட்சிப்பு

ஜீவ விருட்சம்

கிறிஸ்துவுக்குள்

முக்கியத்துவம் வாய்ந்தது
பரிசுத்தமும் குற்றமில்லாமலும் இருப்பதற்கு தேவன் தெரிந்து கொண்டார். (எபேசியர் 1:4) தேவன் முன்னதாக ஆயத்தம்பண்ணின நற்கிரியைகளை செய்வதற்கு கிறிஸ்துவுக்குள் புது சிருஷ்டி (2 கொரி 5:17 , எபே 2:10)

பாதுகாப்பானது
என் தேவன் தம்முடைய ஐசுவரியத்தின்படி உங்கள் குறைவையெல்லாம் கிறிஸ்து இயேசுவுக்குள் மகிமையிலே நிறைவாக்குவார். (பிலி 4:19)

ஏற்றுக்கொள்ளப்பட்டது
உலகத்தோற்றத்துக்கு முன்னே கிறிஸ்துவுக்குள் இயேசுகிறிஸ்துமூலமாய்த் தமக்குச் சுவிகாரபுத்திரராகும்படி முன்குறித்திருக்கிறார்.(எபே 1:4,6)

தியாய் தூங்குவதற்கு பதிலாக தூக்கத்தை இழக்க
வைக்கிறது.

துரதிஷ்டவசமாக, இதனை புரிந்து கொள்ளாதப-
டி இன்றைக்கு அநேகர் பரபரப்பாய் இருக்கிறார்கள்.
கிறிஸ்துவுக்குள் இல்லாமல் கறைப்பட்டவர்களாய்
இருக்கிறார்கள்.

சிலுவையில் எந்த பக்கத்தில் நீங்கள் இருக்-கிறீ-
ர்கள்? எந்த பக்கத்தில் நீங்கள் இருக்க வேண்டும்?
பத்து வருடங்களுக்கு மேலாக நான் தவறான பக்கத்தி-
ல் இருந்து வாழ்ந்து கொண்டிருந்தேன். கிறிஸ்துவை
பின்பற்றுகிறவனாய் இருந்தபோதும், கிறிஸ்துவோடு
உயிர்ப்பிக்கப்பட்டவனாய் என்-னை அடையாளப்படுத்தா-
மல், வீழ்ச்சியில் கறை-ப்பட்டவனாய் காண்பித்தேன். கி-
றிஸ்துவின் விடுத-லையோடு வா-ழாமல் கிரியையில்
அடிமைப்ப-ட்டிருந்தேன்.

தேவனுடைய கதையில், அவர் தான் செயல்-படு-
கிறவர் நீங்கள் அல்ல. தேவனுடைய கதையில் நீங்கள்
ஒரு பகுதி. நம்முடைய கிரியையின் மூலம் தேவன்
நம்மை பார்ப்பது கிடையாது. நம்முடைய அடையாளம்
கிறிஸ்துவுக்குள் இருக்கிறது. ஆக, நாம் தேவனுடைய
படைப்பாற்றலாய் இருக்கிறோம்

> ஏனெனில், நற்கிரியைகளைச் செய்கிறத-ற்கு
> நாம் கிறிஸ்து இயேசுவுக்குள் சிருஷ்டிக்கப்பட்டு,
> தேவனுடைய செய்கை-யாயிருக்கிறோம்;
> அவைகளில் நாம் நடக்கும்படி அவர் முன்ன-
> தாக அவைகளை ஆயத்தம்பண்ணியிருக்கிறார்.
>
> - எபேசியர் 2:10

கடந்த இருபத்தைந்து ஆண்டுகளாக கிறிஸ்துவு-க்குள்ளான எனது அடையாளத்தை நான் மதிக்க தேவன் எனக்கு கற்றுக்கொடுத்து கொண்டிருக்கிறார். தேவன் மட்டுமே செய்யும் கிரியைகளை நாம் மதிப்பி-டுவதையும் அவர் அதிகரித்துக் கொண்டிருக்கிறார். இப்பொழுது என்னுடைய வேலை, அவருடைய சமூகத்தை ஆசையோடு தேடுவது தான்.

லூக்கா 15: 11-32ல், இளைய குமாரனை குறித்து வாசிக்கிறோம்:

இந்த குறிப்பை இன்னும் விளக்க இயேசு அவர்களுக்கு ஒரு கதையை சொன்னார்: பின்னும் அவர் சொன்னது: ஒரு மனுஷனுக்கு இரண்டு குமாரர் இருந்தார்கள். அவர்களில் இளையவன் தகப்பனை நோக்கி:தகப்-பனே, ஆஸ்தியில்எனக்குவரும்பங்கைஎனக்குத்தரவேண்டும் என்றான். அந்தப்படி அவன் அவர்களுக்குத் தன் ஆஸ்தியைப் பங்கிட்டுக்-கொடுத்தான். சில நாளைக்குப்பின்பு, இளை-யமகன் எல்லாவற்றையும் சேர்த்-துக்கொண்டு, தூர-தேசத்துக்குப் புறப்பட்டு--ப்-போய், அங்கே துன்மார்க்கமாய் ஜீவனம்பண்ணி, தன்

ஆஸ்தியை அழித்துப்போட்டான். எல்லாவற்றையும் அவன் செலவழித்தபின்பு, அந்த தேசத்திலே கொடிய பஞ்சமுண்டாயிற்று. அப்-பொழுது அவன் குறைவுபடத்தொடங்கி, அந்த தேசத்துக் குடிகளில் ஒருவனிடத்தில் போய் ஒட்டிக்கொண்டான். அந்தக் குடியானவன் அவனைத் தன் வயல்களில் பன்றிகளை மேய்க்கும்படி அனுப்பினான். அப்பொ-

ழுது பன்றிகள் தின்கிற தவிட்டினாலே தன் வயிற்றை நிரப்ப ஆசையாயிருந்தான், ஒருவனும் அதை அவனுக்குக் கொடுக்கவில்லை.

அவனுக்குப் புத்தி தெளிந்தபோது, அவன்: என் தகப்பனுடைய கூலிக்காரர் எத்தனையோ பேருக்குப் பூர்த்தியான சாப்பாடு இருக்கிறது, நானோ பசியினால் சாகிறேன். நான் எழுந்து, என் தகப்பனிடத்திற்குப் போய்: தகப்பனே, பரத்துக்கு விரோதமாகவும் உமக்கு முன்பாகவும் பாவஞ்செய்தேன். இனிமேல் உம்முடைய குமாரன் என்று சொல்லப்படுவதற்கு நான் பாத்திரனல்ல, உம்முடைய கூலிக்காரரில் ஒருவனாக என்னை வைத்துக்கொள்ளும் என்பேன் என்று சொல்லி; எழுந்து புறப்பட்டு, தன் தகப்பனிடத்தில் வந்தான்.

அவன் தூரத்தில் வரும்போதே, அவனுடைய தகப்பன் அவனைக் கண்டு, மனதுருகி, ஓடி, அவன் கழுத்தைக் கட்டிக்கொண்டு, அவனை முத்தஞ்செய்தான். குமாரன் தகப்பனை நோக்கி: தகப்பனே, பரத்துக்கு விரோதமாகவும், உமக்கு முன்பாகவும் பாவஞ்செய்தேன், இனிமேல் உம்மு-டைய குமாரன் என்று சொல்லப்படுவதற்கு நான் பாத்திரன் அல்ல என்று சொன்னான்.

அப்பொழுது தகப்பன் தன் ஊழியக்காரரை நோக்கி: நீங்கள் உயர்ந்த வஸ்திரத்தைக் கொண்டுவந்து, இவனுக்கு உடுத்தி, இவன் கைக்கு மோதிரத்தையும் கால்களுக்குப் பாதரட்சைகளையும் போடுங்கள். கொழுத்த கன்றைக் கொண்டுவந்து அடியுங்கள். நாம் புசித்து,

சந்தோஷமாயிருப்போம். என் குமாரனாகிய இவன் மரித்தான், திரும்பவும் உயிர்த்தான்; காணாமற்போனான், திரும்பவும் காணப்பட்டான் என்றான். அப்படியே அவர்கள் சந்தோஷப்படத் தொடங்கினார்கள்.

அவனுடைய மூத்தகுமாரன் வயலிலிருந்தான். அவன் திரும்பி வீட்டுக்குச் சமீபமாய் வருகிறபோது, கீதவாத்தியத்தையும் நடனக்களிப்பையும் கேட்டு; ஊழியக்காரரில் ஒருவனை அழைத்து இதென்ன என்று விசாரித்தான். அதற்கு அவன்: உம்முடைய சகோதரன் வந்தார், அவர் மறுபடியும் சுகத்துடனே உம்முடைய தகப்பனிடத்தில் வந்து சேர்ந்தபடியினாலே அவருக்காகக் கொழுத்த கன்றை அடிப்பித்தார் என்றான்.

அப்பொழுது அவன் கோபமடைந்து, உள்ளே போக மனதில்லாதிருந்தான். தகப்பனோ வெளியே வந்து, அவனை வருந்தியழைத்தான். அவன் தகப்பனுக்குப் பிரதியுத்தரமாக: இதோ, இத்தனை வருஷகாலமாய் நான் உமக்கு ஊழியஞ்செய்து, ஒருக்காலும் உம்முடைய கற்பனையை மீறாதிருந்தும், என் சிநேகிதரோடே நான் சந்தோஷமாயிருக்கும்படி நீர் ஒருக்காலும் எனக்கு ஒரு ஆட்டுக்குட்டியையாவது கொடுக்க-வில்லை. வேசிகளிடத்தில் உம்முடைய ஆஸ்தியை அழித்துப்போட்ட உம்முடைய குமாரனாகிய இவன் வந்தவுடனே கொழுத்த கன்றை இவனுக்காக அடிப்பித்தீரே என்றான். அதற்குத் தகப்பன்: மகனே, நீ எப்போதும் என்னோடிருக்கிறாய், என-

> க்குள்ளதெல்லாம் உன்னுடையதாயிருக்கிறது. உன் சகோத-ரனாகிய இவனோ மரித்தான், திரும்பவும் உயிர்த்தான்; காணாமற்போனான், திரும்பவும் காணப்பட்டான்; ஆனபடியினாலே, நாம் சந்தோஷப்பட்டு மகிழ்ச்சியாயிருக்க வேண்டுமே என்று சொன்னான் என்றார்.

பெரும்பாலான நேரம் நாம் இளைய குமாரன் மீதே கவனம் செலுத்துகிறோம். ஆனால் நம்மில் பலர் மூத்த குமாரனை போல் இருக்கிறோம். அவன் வீட்டில் இருந்தான் ஆனால் மகிழ்ச்சியாய் இல்லை. 31ம் வசனத்தை பாருங்கள்.

> அதற்குத் தகப்பன்: மகனே, நீ எப்போதும் என்னோடிருக்கிறாய், எனக்குள்ளதெல்லாம் உன்னுடையதாயிருக்கிறது.

'நீ வீட்டில் இருந்து கொண்டு ஏற்கனவே உன்னுடையதற்காக உழைத்துக் கொண்டிருந்தாய்' என்று தகப்பன் சொல்கிறார். நானும் செய்திருக்கிறேன். நாம் எல்லாரும் இதை செய்திருக்கிறோம். தேவன் ஏற்கனவே நமக்கு கொடுத்திருப்பவைகளுக்காக உழைக்கிறோம்.

கிரியை என்பது கிரியையே. தேவன் மாத்தி-ரமே கிரியை செய்கிறார். தேவனை நீங்கள் அனுப-விப்பதற்கும் அவருடைய கிரியையில் நீங்கள் இணைவதற்கும் இது உதவுகிறது. இதுவே உண்மை-யான சுதந்திரம்.

தேவனே கிரியை செய்கிறார்

| தேவன் மாத்திரமே கிரியை செய்கிறார்

அத்தியாயம் 5
சுதந்திரம்

சுதந்திரம் என்றால் சுதந்திரமே

தேவன் உங்களுக்கு நீங்கள் செய்யும்படியாக அவ-ருடைய வேலையை கொடுக்காததினாலே, வேறு எதை கொடுத்திருக்கிறார்?

இளைப்பாறுதுதல் தான் அதற்கு விடை.

வேலையிலிருந்து விடுதலை என்பது இளைப்-பாறும்படியாக கிடைக்கும் சுதந்திரமாகும்.

தேவன் எதையும் இங்கே சூசகமாக சொ-ல்லவி-ல்லை. தேவனே கிரியை செய்கிறார் என்-பது நமக்கு வேலையை கொடுக்காமல், அது கிரியை-யையை பற்றினதல்ல என்பது தான் கருத்து.

ஒரு குறிப்பிட்ட சமயங்களில், பெற்றோரோ, ஒரு ஆசிரியரோ அல்லது தலைவரோ "இது வேலை அல்ல, இது வேடிக்கையானது" என்பதாக சில வா-

ர்த்-தைகளை சொல்வதுண்டு. ஆனால் தேவன் அப்படி செய்கிறதில்லை.

சுதந்திரம் என்றால் சுதந்திரமே

தேவன் நிச்சயமாகவே இளைப்பாறுதலை வாக்-குப் பண்ணியிருக்கிறார்.

தேவனுடைய பிள்ளைகளுக்கு இளைபாறு-தலா-னது வாக்குப் பண்ணப்பட்டிருக்கிறது.

எபிரெயர் 4ல் இருக்கும் வாக்குத்தத்தத்தை கவனியுங்கள்.

ஆனபடியினாலே, அவருடைய இளை-ப்பாறு-தலில் பிரவேசிப்பதற்கேதுவான வா-க்கு-த்தத்தம் நமக்குண்டாயிருக்க, உங்களில் ஒருவனும் அதை அடையாமல் பின்வா-ங்கிப்-போனவனாகக் காண-ப்படாதபடிக்குப் பயந்தி-ருக்கக்கடவோம்.

ஏனெனில், சுவிசேஷம் அவர்களுக்கு அறிவி-க்கப்பட்டதுபோல நமக்கும் அறிவிக்க-ப்பட்டது; கேட்டவர்கள் விசுவாசமில்லாமல் கேட்டப-டி-யினால், அவர்கள் கேட்ட வசனம் அவர்களு-க்குப் பிரயோஜனப்படவில்லை.

விசுவாசித்தவர்களாகிய நாமோ அந்த இளை-ப்பாறுதலில் பிரவேசிக்கிறோம்;

அவருடைய கிரியைகள் உலக-த்தோற்-றமுதல் முடிந்திருந்தும்: இவ-ர்கள் என்னுடைய இளைப்பாறுதலில்

பிரவே-சிப்பதில்லையென்று என்னுடைய கோபத்-திலே ஆணையிட்டேன் என்றார்.

மேலும், தேவன் தம்முடைய கிரியை-களை-யெல்லாம் முடித்து ஏழாம் நாளிலே ஓய்ந்திரு-ந்தார் என்று ஏழாம்நாளைக்குறித்து ஓரிடத்தில் சொல்லியிருக்கிறார்.

அன்றியும், அவர்கள் என்னுடைய இளை-ப்பா-றுதலில் பிரவேசிப்பதில்லை என்றும் அந்த இடத்திலேதானே சொல்லியிருக்கிறார்.

ஆகையால், சிலர் அதில் பிரவேசிப்பது இன்னும் வரப்போகிற காரியமாயிருக்கிறப-டியினாலும், சுவிசேஷத்தை முதலாவது கே-ட்டவர்கள் கீழ்ப்படியாமையினாலே அதில் பிரவேசியாமற் போனபடியினாலும்,

இன்று அவருடைய சத்தத்தைக் கேட்பீ-ர்க-ளாகில் உங்கள் இருதயங்களைக் கடினப்படு-த்தாதிருங்கள் என்று வெகுகா-லத்திற்குப்பின்பு தாவீதின் சங்கீதத்திலே சொல்லியிருக்கிறபடி, இன்று என்று சொல்வ-தினாலே பின்னும் ஒருநாளைக் குறித்திரு-க்கிறார்.:

யோசுவா அவர்களை

இளைப்பாறுதலுக்குட்படுத்தியிருந்தால், பின்பு அவர் வேறொரு நாளைக்குறித்துச் சொ-ல்லியிருக்கமாட்டாரே.

ஆகையால், தேவனுடைய ஜனங்க-ளுக்கு இளைப்பாறுகிற காலம் இனி வருகிற-தாயி-ருக்கிறது.

ஏனெனில், அவருடைய இளைப்பாறுத-லில் பிரவேசித்தவன், தேவன் தம்முடைய கி-ரியை-களை முடித்து ஓய்ந்ததுபோல, தானும் தன் கிரியைகளை முடித்து ஓய்ந்திருப்பான்.

ஆகையால், அந்தத் திருஷ்டாந்த-த்தின்-படி, ஒருவனாகிலும் கீழ்ப்படியாமையி-னாலே விழுந்துபோகாதபடிக்கு, நாம் இந்த இளை-ப்பாறுதலில் பிரவேசிக்க ஜாக்கி-ரதை-யாயி-ருக்கக்கடவோம்.

- எபிரெயர் 4:1-11

இது எத்தனை நிதானமும் குறிப்பிடத்தக்கதாய் இருக்கிறது அல்லவா?

இந்த இளைப்பாறுதலை ஒவ்வொரு ஞாயி-ற்று-க்கிழமை அதிகாலை 12 மணி கால நேரத்துக்கு-ள் அடக்காதீர்கள். மறுபடியும் வாசியுங்கள். இந்த இளை-ப்பாறுதல் ஒரு நாள் அல்ல, அது ஒரு ஸ்தலம். இந்த இளைப்பாறுதல் தேவனால் கொடுக்கப்பட்டது, ஏற்கனவே ஆரம்பித்துவிட்டது, இதற்கு முடிவில்லை.

இளைப்பாறுதல் தனிப்பட்ட விருப்பத்துக்கேற்ற-தல்ல.

யாத்திராகமம் 34:21ல் இளைப்பாற வேண்டும் என்ற அறிவுறைகளை பார்க்கிறோம்.

ஆறுநாள் வேலைசெய்து, ஏழாம்நாளிலே ஓய்ந்திருப்பாயாக; விதைப்புக்காலத்திலும் அறுப்புக்காலத்திலும் ஓய்ந்திருப்பாயாக.

"இளைப்பாறும் நேரம் முடிந்துவிட்டது, இப்பொழுது வேலைக்கு திரும்புங்கள்" என்று தேவன் சொன்னதாக வேதத்தில் இல்லை. அது எங்கேயும் இல்லை.

தேவன் நமக்கு ஒரு இளைப்பாறும் ஸ்தலத்தை உண்டுபண்ணி, அதில் பிரவேசித்து, அங்கேயிருந்து வெளியேறாமல் இருக்க நம்மை அழைக்கிறார்.

தேவன் இளைப்பாறும் உரிமையை அளிக்கிறார்.

தேவன் இளைப்பாறுதலை வாக்குப் பண்ணி, இளைப்பாறும்படியாக அறிவுறுத்துவது மாத்திரம் அல்ல, அதற்கான அதிகாரத்தையும் கொடுக்கிறார்.

அவர் உங்களை விசாரிக்கிறவரானபடியால், உங்கள் கவலைகளையெல்லாம் அவர்மேல் வைத்துவிடுங்கள்.

- 1 பேதுரு 5:7

நான் விடாய்த்த ஆத்துமாவைச் சம்பூ-ரணம-டையப்பண்ணி, தொய்ந்த எல்லா ஆத்துமா-வையும் நிரப்புவேன்.

- எரேமியா 31:25)

அவிசுவாசத்தை குறித்தும் கீழ்ப்படியாமையை கு-றித்தும் எபிரெயர் நம்மை எச்சரிக்கிறது.

அதற்கு அவர்: என் சமுகம் உனக்கு முன்-பாகச் செல்லும், நான் உனக்கு இளை-ப்பாறுதல் தருவேன் என்றார்.

- யாத்திராகமம் 33:14

இஸ்ரவேலர்களின் அவிசுவாசம் மற்றும் கீ-ழ்ப்ப-டியாமையை குறித்து தேவன் சங்கீதம் 95ல் சுரு-க்கமாக விளக்குகிறார்.

அவர் நம்முடைய தேவன்; நாம் அவர் மே-ய்ச்ச-லின் ஜனங்களும், அவர் கைக்குள்ளான ஆடுகளுமாமே.

இன்று அவருடைய சத்தத்தைக் கேட்பீர்க-ளாகி-ல், வனாந்தரத்தில் கோபம் மூட்டினபோதும் சோதனை நாளிலும் நடந்ததுபோல, உங்கள் இருதயத்தைக் கடினப்படுத்தாதேயுங்கள்.

அங்கே உங்கள் பிதாக்கள் என்னைச் சோ-தித்து, என்னைப் பரீட்சை பார்த்து, என் கிரி-யையையும் கண்டார்கள்.

நாற்பது வருஷமாய் நான் அந்தச் சந்ததியை அரோசித்து,

அவர்கள் வழுவிப்போகிற இருதயமுள்ள ஜனமென்றும், என்னுடைய வழிகளை அறியா-தவர்களென்றும் சொல்லி,

என்னுடைய இளைப்பாறுதலில் அவர்கள் பிரவேசிப்பதில்லையென்று, என்னுடைய கோ-பத்திலே ஆணையிட்டேன்.

- சங்கீதம் 95:7-11

எண்ணாகமம் 14 மற்றும் 15, அவர்களுடைய அவிசுவாசம் மற்றும் கீழ்ப்படியாமையை நீளமாக வி-வரிக்கிறது. இருந்தும் தேவன் அவர்களுக்கு இளை-ப்பாறும் ஸ்தலத்தை கொடுக்க நிதானமும் நீடிய பொறுமை உள்ளவராயும் இருக்கிறார்.

தேவனுடைய இளைப்பாறுதலை சங்கீதம் 23 மிக அழகாக எடுத்துரைக்கிறது.

கர்த்தர் என் மேய்ப்பராயிருக்கிறார்; நான் தாழ்-ச்சியடையேன்.

அவர் என்னைப் புல்லுள்ள இடங்களில் மேய்-த்து, அமர்ந்த தண்ணீர்கள் அண்டையில் என்-னைக் கொண்டுபோய் விடுகிறார்.

அவர் என் ஆத்துமாவைத் தேற்றி, தம்மு-டைய நாமத்தினிமித்தம் என்னை நீதியின் பாதை-களில் நடத்துகிறார்.

நான் மரண இருளின் பள்ளத்தாக்கிலே நடந்-தாலும் பொல்லாப்புக்குப் பயப்படேன்;

தேவரீர் என்னோடேகூட இருக்கிறீர்;

உமது கோலும் உமது தடியும் என்னைத் தே-ற்றும்.

என் சத்துருக்களுக்கு முன்பாக நீர் எனக்கு ஒரு பந்தியை ஆயத்தப்படுத்தி, என் தலையை எண்ணெயால் அபிஷேகம்பண்ணுகிறீர்;

என் பாத்திரம் நிரம்பி வழிகிறது.

என் ஜீவனுள்ள நாளெல்லாம் நன்மையும் கி-ருபையும் என்னைத் தொடரும்;

நான் கர்த்தருடைய வீட்டிலே நீடித்த நா-ட்களா-ய் நிலைத்திருப்பேன்.

தேவன் எந்த பொறுப்பை நமக்கு கொடு-த்தி-ருக்கிறார்?

நாம் ஒன்றும் செய்கிறதில்லை.

எல்லாவற்றையும் தேவன் செய்கிறார்.

அது தான் இளைப்பாறுதல்.

தேவன் இளைப்பாறுதலை பரிசளிக்கிறார்.

தேவனுடைய அழைப்பையும் இளைப்பா-றுத-லையும் வேதாகமம் முழுவதும் தேடி பாருங்கள். அதை கண்டடைவீர்கள்.

மத்தேயு 11:28ல் இயேசு சொன்னார், "வருத்த-ப்பப-ட்டுப் பாரஞ்சுமக்கிறவர்களே! நீங்கள் எல்லாரு-ம் என்னிடத்தில் வாருங்கள்; நான் உங்களுக்கு இளைப்-பாறுதல் தருவேன்".

இது இரட்சிப்பை மாத்திரம் குறித்தது என்று கு-ழம்-பிவிடாதீர்கள். யோசித்து பாருங்கள்.

நம் பாவக்கடனை தீர்க்க நாம் என்ன செய்தோம்? ஒன்றும் இல்லை.

நம் பாவக்கடனை தீர்க்க தேவன் என்ன செய்தார். அனைத்தையும்..

சுவிசேஷம் என்பது எனது இடத்தில் இயேசு என்பதாகும்.

யோவான் 3:16ல் வாசிக்கிறோம், “தேவன், தம்மு-டைய ஒரேபேறான குமாரனை விசுவாசிக்கிறவன் எவனோ அவன் கெட்டுப்போகாமல் நித்தியஜீவனை அடையும்படிக்கு, அவரைத் தந்தருளி, இவ்வளவாய் உலகத்தில் அன்புகூர்ந்தார்”.

குமாரனை அனுப்பியது யார்? நம் பரம பிதா.

நம்முடைய பாவ மன்னிப்புக்காக மரித்தது யார்? இயேசு கிறிஸ்து.

நாம் என்ன கிரியை செய்தோம்? ஒன்றும் இல்லை.

இயேசு கிறிஸ்து நிறைவேற்றின கிரியைகளில் நாம் இளைப்பாற தேவன் நம்மை அழைக்கிறார். நி-த்திய-த்திற்கு இது உண்மையாய் இருந்தால், பூமி-க்கு-ரியவைகளுக்கு நம்முடைய உதவி தேவனுக்கு தேவைப்படும் என்று எப்படி நினைக்க முடியும்?

இரட்சிப்புக்கு மாத்திரமே இயேசு என்று நினை-த்தால், நமது இரட்சிப்புக்காக நாம் செய்ய நினைக்கும் கிரியைகளை நிறுத்த முற்பட வேண்டு-ம். “நித்திய வா-ழ்வுக்கென்று நான் உங்களை இரட்சி-த்துவிட்டேன், இனி பூமியில் வாழ்வது உங்கள் பாடு” என்று தேவன்

சொல்வார் என்று நினைக்-கிறீர்களா? அது வேதாகம-த்தில் இல்லை.

ஒவ்வொரு கிறிஸ்தவனும் 100 சதவீதம் தேவனு-டைய கிரியையினால் உண்டாக்கப்பட்டவன்.

ஒவ்வொரு கிறிஸ்தவனும் தேவனுடைய கிரியை.

இருப்பினும், பெரும்பாலான கிறிஸ்தவர்கள் தங்க-ளுடைய கிரியையை சார்ந்திருக்கின்றனர்.

கிரியையிலிருந்து விடுதலை என்பது இளைப்பா-றுதலுக்கான சுதந்திரமாகும்.

இந்த சுதந்திரம் பற்றி உங்களுக்கு தெரியுமா?

தேவனுடைய இளைப்பாறுதலில் நீங்கள் பிரவேசி-த்து விட்டீர்களா?

இரட்சிப்புக்காக மாத்திரம் அல்ல உங்கள் வாழ்க்கை முழுவதற்கும்?

Aஒரு நாளில் பன்னிரண்டு மணிநேரம் வேலை செய்வதையும், நான்கு மணி நேர உறக்கத்தையு-ம் அமெரிக்க கலாச்சாரம் மதித்து, பலன்களையும் அளி-க்கிறது.இளைப்பாறுதல்என்றுவரும்போது,ஒவ்-வொரு நாளும் தேவனுக்கும் உலகத்திற்கும் இடையே ஒரு பெரும் போராட்டம் நடக்கிறது. இது ஒரு எளிதாக எடுக்கக்கூடிய முடிவல்ல. நமது வேலையை சார்ந்து வாழ்வதை விட்டு உண்மையாகவே தேவனுடைய இளைப்பாறுதலுக்குள் பிரவேசிப்பதற்கு விசுவாசமும் தைரியமும் தேவை.

இந்த இளைப்பாறுதலானது இந்த பூமியில் கிடை-க்காது, அது பரலோகத்தில் காத்துக் கொண்-டிரு-க்கின்றது என்று குழம்பி விடாதீர்கள். மத்தேயு 6:10ல்,

"உம்முடைய ராஜ்யம் வருவதாக; உம்முடைய சித்தம் பரமண்டலத்திலே செய்யப்படுகிறதுபோல பூமியிலே- யும் செய்யப் படுவதாக" என்று ஜெபிக்க இயேசு கற்றுக் கொடுத்தார்.

> **தேவனுடைய சமூகத்தை நீங்கள் தேட வேண்டும் என்பதற்காகவே தேவன் இளைப்பாறுதலை தருகிறார்.**

மத்தேயு 6:33 சொல்கிறது, "முதலாவது தேவனு-டைய ராஜ்யத்தையும் அவருடைய நீதியையும் தேடு-ங்கள்; அப்பொழுது இவைகளெல்லாம் உங்களுக்குக் கூடக் கொடுக்கப்படும்".

இது ஒரு ஆலோசனை என்று நினைக்கிறீர்களா? இது விரும்புகிற காரியமா அல்லது சர்வ வல்ல தேவ- னின் வாக்குத்தத்தமா?

வீழ்ச்சியினால் கறைப்பட்டதிலிருந்து நீங்கள் இயேசுவின் மூலமாக விடுவிக்கப்பட்டவர்கள். நீங்கள் சிருஷ்டிக்கப்பட்ட நிலைமைக்கே மறுபடியும் செல்லும் திறனை தேவன் உங்களுக்கு கொடுத்திருக்கிறார். சிருஷ்டிப்பில் நீங்கள் தேவனோடு இணைக்கப்-பட்டி-ருந்தீர்கள். இப்பொழுது, வீழ்ச்சிக்கு பின்னர், தே- வனுடைய சமூகம் என்பது விருப்பத்துக்கேற்றதாய் ஆகிவிட்டது. தேவனுடைய பிரசன்னத்துக்குள் வர உங்களுக்கு அனுமதி உண்டு. அவரை அனுபவி-ப்ப-தற்கும், அவருடைய கிரியையில் இணைந்து கொ- ள்ள-வும் உங்களுக்கு சுதந்திரம் உண்டு.

நீங்கள் இளைப்பாறும்படியாய் தேவன் எதி-ர்ப்-பார்க்கிறார். அவரை விட்டுப் போய் நீங்கள் அவரு-க்காக கிரியை செய்ய வேண்டும் என்று தேவன் எதிர்ப்பார்க்கவில்லை.

கிரியையிலிருந்து விடுதலை என்பது இளை-ப்பா-றுதலுக்கான சுதந்திரமாகும்..

தேவனுடைய சுதந்திரத்தை நீங்கள் அனுப-விக்கி-றீர்களா? எதில் கவனம் செலுத்துகிறீர்கள்? இரு-ப்பதிலா? செயல்படுவதிலா? நீங்கள் கிரியை செய்வதிலிருந்து விடுவிக்கப்பட்டவில்லை என்றால் இப்பொழுதே செய்யுங்கள்.

உங்கள் ராஜினாமா கடிதத்தை இங்கே எழுத தய-ங்காதீர்கள்.

தேவன் மாத்திரமே செய்யும் வேலைகளை செய்ய முயற்சிப்பதிலிருந்து நாம் ராஜினாமா செய்வோம்.

என்னுடைய ராஜினாமா கடிதம்

தேவன் மாத்திரமே...

1. ஜனங்களை பாவத்தை குறித்து கண்டித்து உணர்த்த முடியும்.

2. தம்மண்டை மக்களை வரவழைக்க முடியும்.

3. ஜனங்களை தம்மை தேட வைக்க முடியும்.

4. சத்தியத்தை வெளிப்படுத்த முடியும்.

5. ஒரு நபரின் இருதயத்தை மாற்ற முடியும்.

மற்றவர்கள்மனம்திரும்பநாம்பிரயாசப்படுகிறோம். ஒருவர் அவருடைய துணை உணர்த்தப்படும்படியாய் முயற்சிப்பதுண்டு.பெற்றோர் தங்களுடையபிள்-ளைக-ள் ஏதோ ஒன்றை குறித்து கண்டித்து உணர்-த்தப்பட வேண்டும் என்று நினைக்கிறார்கள். தேவன் மாத்தி-ரமே செயல்படுகிறார் என்பதை உணராத பட்சத்தில் அது நமது உறவுகளில் பெரிய விரிசலை உண்டாக்கி-விடும்.நமது காரியங்களை குறித்து ஜெபிக்காமல், தே-வனிடத்திற்கு கொண்டு செல்லாமல், மற்றவர்களை கட்டுப்படுத்த நாம் முயற்சிக்கிறோம்.

கடிமான கேள்விகளை கேட்போம்:

நான் எல்லாவற்றையும் தேவனிடத்தில் தருகி-றேனா அல்லது நானே என்னுடைய எல்லா பிர-ச்ச-னைகளையும் என் தலையில் போட்டு கொண்டு இரத்த அழுத்தத்தை உயர்த்துக் கொள்கிறேனா?

எனது இளம் வாலிபர்கள் தங்களுடைய வாழ்வில் தேவனை மகிமைப்படுத்துகிறதான முடிவுகளை எடுக்க நான் கற்றுக் கொடுக்கிறேனா, அதில் அவ-ர்க-ளை நன்றாய் வழிநடத்துகிறேனா அல்லது இந்த கா-ரியங்களை நானும் என் துணையும் தன்னி-ச்சையாய்

செய்ய வேண்டிய அவசியமில்லை எனபதை உணரா-மல், பிள்ளைகளை பார்த்து சத்தமி-டுகிறோமா?

என்னையும் மற்றவர்களையும் என்னுடைய தனி-ப்பட்ட விருப்பத்தின் மூலம் மாற்ற முடியும் என்று நான் நினைக்கிறேனா? அல்லது கடினமான சமய-ங்களில் தேவனுடைய கிருபையினால் மாத்திரமே நான் என்னிடத்திலும் பிறரிடத்திலும் நான் எதிர்ப்பா-ர்க்கிற மாற்றத்தை கொண்டு வர முடியும் என்று என் மன-திலுல் இருதயத்திலும் அறிந்திருக்கிறேனா?

என்னுடைய வேலைகளை விட்டு மனந்திரும்புகிற நேரம் இது.

தேவனை சார்ந்திருக்காமல் காரியங்களை நம்முடைய கரங்களிலே எடுத்துக் கொள்கிறோம். இப்பொழுதும் ராஜினாமா செய்யும்போது தடுமா-றுகி-றோம். நாம் நம்மை மாத்திரமே கட்டுப்படுத்த முடியும். நீங்கள் விட்டுக்கொடுக்கும்போது, தேவன் உங்களை கொண்டு உங்களுக்குள் பெரிய காரிய-ங்களை செய்வார் என்பதை என்னுடைய அனுபத்தின் மூலமாக சொல்கிறேன்.

நீங்கள் மனந்திரும்புவீர்களா?

நீங்கள் கிரியை செய்வதை நிறுத்துவீர்களா?

தேவன் மாத்திரமே செய்யக்கூடிய கிரியைக-ளிலி-ருந்து நீங்கள் விடுபடும்போது மற்றவர்களோ-டு இருக்கும் உங்கள் உறவுகளில் மாற்றங்களையும் அற்-புதங்களையும் காண முடியும்.

இளைப்பாற கற்றுக்கொள்வது

நீங்கள் இளைப்பாற பரிசுத்த ஆவியானவர் கற்று-கொடுக்கட்டும்.

இருபத்தைந்து வருடத்திற்கு முன் நான் வேலை-யை ராஜினாமா செய்தேன். ஒவ்வொரு நாளும் தேவ சமூகத்தை வஞ்சையோடு தேட என்னை அர்பணி-த்தேன். ஒவ்வொரு இரவும் பகலும் வித்தியா-சமாய் இருந்தது.

எனது முதிர் வயதின் முதல் பாதி, தோ-ல்வியிலும், கனியற்றதாயும், குற்ற உணர்விலும், சோர்வானதாகவு-ம், வெட்கத்திலும், வறட்சியாயும், ஒன்றுமில்லாததாயும் இருந்தது. இரண்டாம் பகுதி, அற்புதங்களால் நிறை-ந்ததும், நிறைவானதாயும், தேவனை சந்திப்பதாயும், தெய்வீக தொடர்புகளை தருவதாயும், மறுரூபமாக்கப-ட்டதாயும், மகிழ்ச்சி, நிறைவு, தேவனை குறித்த ஆச்ச-ரியம் நிறைந்தாயும் இருக்கிறது.

கிரியைலிருந்து சுதந்திரம் என்பது விளையா-ட்டு மைதானத்திலிருந்து இருக்கைக்கு போய் அம-ர்வ-தாகும். நீங்கள் இனி கிரியை செய்பவர் அல்ல. உங்கள் மூலமாய் உங்களை கொண்டு தேவன் செய்யும் மேலான காரியங்களை கண்டு களிக்கும் நேரம் இது.

உங்கள் தோளிலிருந்த சுமை தேவனுடைய தோ-ள்களுக்கு செல்வது தான் சுதந்திரம். இனி எத-ற்கும் நீங்கள் பொறுப்பல்ல, தேவன் மாத்திரமே. அது தான் உண்மையான சுதந்திரம்.

பரலோகத்தில் தேவைப்படாத வேலைகளை செ-ய்வதில் நேரத்தை செலவிட்டு உங்களை வரு-

த்திக்-கொள்வதை நிறுத்துவதே சுதந்திரமாகும். மாறாக, நித்தியத்திற்காக தேவனோடு கைகளை கோர்த்து தேவனுடைய ராஜரீக கட்டளையை நிறை-வேற்ற உங்-களுக்கு சுதந்திரம் உண்டு.

சுதந்திரம் என்றால் சுதந்திரமே.

கிரியையிலிருந்து விடுபடுவதே இளைப்பா-றுவத-ற்கான சுதந்திரமாகும்.

। தேவன் மாத்திரமே செயல்பாட்டால் நம்முடைய வேலை என்ன?அடுத்த அத்தியாயத்தில் நாம் கவ-னம் செலுத்த வேண்டிய மூன்று காரியங்களை பட்டி-யலிடு-வோம்:

1. நெருங்கிய உறவு

2. தாழ்மை

3. நன்றியுணர்வு

முதலில், கிரியைலிருந்து இளைப்பாறுவது எப்படி தேவனோடு நெருங்கிய உறவை தருகிறது என்று ஆராய்வோம்.

தேவன் மாத்திரமே கிரியை செய்கிறார்.

ஆகையால், சிலர் அதில் பிரவேசிப்பது இன்னும்
வரப்போகிற காரியமாயிருக்கிறபடியினாலும்,
சுவிசேஷத்தை முதலாவது கேட்டவர்கள்
கீழ்ப்படியாமையினாலே அதில் பிரவேசியாமற்
போனபடியினாலும்,

இன்று அவருடைய சத்தத்தைக் கேட்பீர்களாகில்
உங்கள் இருதயங்களைக் கடினப்படுத்தாதிருங்கள்
என்று வெகுகாலத்திற்குப்பின்பு தாவீதின்
சங்கீதத்திலே சொல்லியிருக்கிறபடி, இன்று
என்று சொல்வதினாலே பின்னும் ஒருநாளைக்
குறித்திருக்கிறார். யோசுவா அவர்களை "

இளைப்பாறுதலுக்குட்படுத்தியிருந்தால்,
பின்பு அவர் வேறொரு நாளைக்குறித்துச்
சொல்லியிருக்கமாட்டாரே. ஆகையால், தேவனுடைய
ஜனங்களுக்கு இளைப்பாறுகிற காலம் இனி
வருகிறதாயிருக்கிறது. ஏனெனில், அவருடைய
இளைப்பாறுதலில் பிரவேசித்தவன், தேவன்
தம்முடைய கிரியைகளை முடித்து ஓய்ந்ததுபோல,
தானும் தன் கிரியைகளை முடித்து ஓய்ந்திருப்பான்.

ஆகையால், அந்தத் திருஷ்டாந்தத்தின்படி,
ஒருவனாகிலும் கீழ்ப்படியாமையினாலே
விழுந்துபோகாதபடிக்கு, நாம் இந்த
இளைப்பாறுதலில் பிரவேசிக்க
ஜாக்கிரதையாயிருக்கக்கடவோம்

~ Hebrews 4:6-11 (NLT)

தேவன் மாத்திரமே கிரியை செய்கிறார்	**அத்தியாயம் 6**

நெருங்கிய உறவு

தேவனோடு நெருங்கிய உறவுக்காகத் தான் நீங்கள் அவருடைய சாயலில் உண்டாக்கப்பட்டீர்கள்.

உங்கள் இருதயத்தில் துடிப்பு இருப்பதற்கும், உங்கள் நுரையீரலில் சுவாசம் இருப்பதற்கும் காரணம், நீங்கள் தேவனோடு நெருங்கி இருக்கத்தான்.

தேவனுக்கு நீங்களே தேவை, உங்கள் கிரியை அல்ல.

பொறுங்கள்! போய் அதை மறுபடியும் வாசியுங்கள். அவசரப்படாதீர்கள். அந்த வெளிப்பாட்டை உங்களால் புரிந்துக் கொள்ள முடிகிறதா?

உங்கள் கிரியை அல்ல, நீங்கள் தான் தேவனுக்கு தேவை.

இந்த வெளிப்பாட்டினை கடந்த இருபத்தைந்து ஆண்டுகளாக வைத்திருக்கிறேன், இன்னும் அதை

மேன்மேலும் ஒவ்வொருநாளும் புரிந்துகொள்கிறேன். இது உண்மை.

சில வருடங்களுக்கு முன், தேவனே கிரியை செய்கிறார் என்ற தலைப்பில் எனது முதல் புத்தகத்தை எழுதினேன். இதோ ஒரு புகைப்படம்.

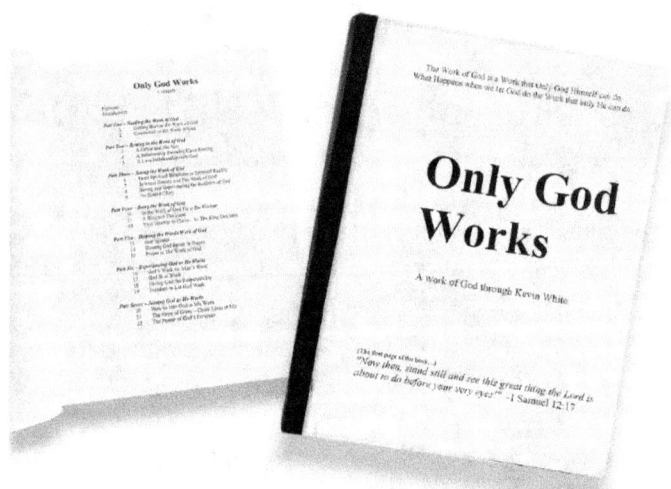

- இருபத்தைந்து ஆண்டுகளாக இதை பிடித்துக் கொண்டிருக்கிறேன்.

- 2020ல் துணிச்சலான உதாரத்துவம் என்ற புத்-தகத்தை தேவன் என் மூலமாக வெளியிட்டார்.

- 2021ல் முக்கியமான விஷயத்திற்கு வா என்ற நூலை வெளியிட தேவன் என்னை பயன்-படுத்தினார்.

- 2021ல் என் மூலமாக உன் வார்த்தை என்ன? என்ற நூலை தேவன் வெளியிட்டார்.

- I2023ல் ஸ்பிரிட் மீடியாவின் நூல் வெளியீட்டிற்-கென்றபிரத்யேகவழிகாட்டி என்றபுத்த-கத்தை வெளியிட தேவன் என்னை பய-ன்படுத்தினார்.

- 2023ல், தேவனே கிரியை செய்கிறார் என்ற நூலை இப்பொழுது தேவன் என் மூலமாக வெளியிடுகிறார்.

என் மூலமாக இந்த மூன்று வருடத்தில் தேவன் வெளியிடும் ஐந்தாம் நூல் இது, ஆனால் உண்மையில் தேவனே கிரியை செய்கிறார் தான் இருபத்தைந்து வருடங்களுக்கு முன்பாக நான் எழுதும் படியாக தேவன் என்னை பயன்படுத்தின முதல் நூலாகும்.

என்னுடைய வாழ்வில் தேவனின் மிக முக்கிய-மான கிரியைகளை பிரதிபலிக்கிறது, ஆனாலும் இதற்கு முன்பாக இதனை வெளியிட போதுமான வசதிகள் இல்லாமல் இருந்தது. அவர் மிகுந்த ஞான-முள்ளவர். அன்றைக்கு நான் எழுதினது பெரு-ம்-பாலும் எனக்காகவே அன்றி பிறருக்காக அல்ல. வெளிப்பாடுகளில் எந்த மாற்றமும் இல்லாத போதும், இப்பொழுது வித்தியாசமான வகையில் பயன் தரு-கிறது.

தேவனுக்கு நீங்கள் தேவை!

ஆதியாகமம் 1லிருந்து வெளிப்படுத்தல் 21 வரை வாசித்து பாருங்கள், அவருடைய சிருஷ்டிக்காக ஏங்குகிற, நெருக்கமான உறவை வாஞ்சிக்கும் ஒரு

அன்பான பரம தகப்பனை பார்ப்பீர்கள். அது தான் நீங்கள்.

உங்களை அல்லாமல் உங்களிடத்தில் இருந்து அதிகமாய் கேட்டவர்கள் யாராவது உண்டு என்று நினைக்கிறீர்களா? அது தேவன் அல்ல.

எப்பொழுதும் தேவனுக்கு நீங்கள் தேவைப்பட்டீர்கள், நீங்கள் செய்பவைகள் அல்ல.

உண்மையென்னவென்றால், தேவனுடைய ஊழியத்தை இந்த பூமியில் நிறைவேற்ற அவர் உங்களை எதிர்ப்பார்ப்பதில்லை, தேவைப்படுவதும் இல்லை. ஆனால் ஏதோ ஒரு மகிமையான காரணத்திற்காக அவருடைய கிருபையினால் அவருடைய கிரியைகளில் நீங்கள் இணைந்துகொள்ள உங்களை அழைத்திருக்கிறார், இது வாங்கிக் கொள்வதல்ல, பெற்றுக்கொள்வது.

ஆனால் இங்கு மறுபடியும் சத்துருவானவன், தேவன் தம்முடைய தோட்டத்தில் வேலை செய்ய ஆட்களை உண்டாக்கினார் என்று நினைக்க நம்மை தூண்டுவான். துரதிர்ஷ்டவசமாக, நாம் தேவனுடைய அடிமைகள், அவருடையபிள்ளைகள் அல்லஎன்றுநம்மைநினைக்க வைப்பதில் சத்துருவானவன் ஜெயித்துவிட்டான்.

நானும் அப்படி நினைத்திருக்கிறேன். என் வாழ்வின் முதல் பாதி, என்னுடைய உண்மையான அடையாளமாகிய தேவனுடைய பிள்ளை என்ற அந்தஸ்தில் இருக்காமல் தேவனுடைய அடிமைகளில் ஒருவனாக வாழ்ந்து கொண்டிருந்தேன்.

தேவனுடனான நெருங்கிய உறவை மதிப்பது

தேவன் என்ன எதிர்ப்பார்க்கிறார் என்று பார்த்தோம், இப்பொழுது தேவன் எதை வாஞ்சிக்கிறார் என்று பார்ப்போம்.

நெருங்கிய உறவை தேவன் வாஞ்சிக்கிறார்.

நீங்கள் நெருங்கிய உறவுக்காக உண்டாக்கப்பட்டீர்கள்.

நெருங்கிய உறவுக்காக நீங்கள் மன்னிக்கப்பட்டீர்கள்.

நெருங்கிய உறவுக்காக நீங்கள் தேவனுடைய குடும்பத்தில் வரவழைக்கப் பட்டீர்கள்.

நெருங்கிய உறவுக்காக நீங்கள் பரலோகத்திற்கு செல்ல போகிறீர்கள்.

தேவனுடனான நெருக்கமான உறவு எப்படி இருக்கும்?

தேவனுக்கும் நமக்கும் இருக்கும் உறவை ஒரு மணவாளனுக்கும் மணவாட்டிக்குமான உறவாக தேவன் வர்ணிக்கிறார். திருச்சபையாகிய நாம் கிறிஸ்துவுக்கு மணவாட்டியாய் இருக்கிறோம். தேவனே மணவாளன். ஒரு மணவாளனுக்கும் மண-வாட்டிகுமான நெருக்கம் எப்படிப்பட்டது என்று நமக்கு தெரியும். உடலுறவு கொள்ளும்போது இரு சரீரம் ஒரு சரீராமாய் ஆகிறது, ஆனால் உடலுறவுக்கு முன்பதாகவே நெருக்கமான உறவு உண்டாகிறது.

நெருங்கிய உறவு என்பது எனக்குள்ளாய் இருப்பது பார்ப்பது என்பதாகும். நமக்குள்ளாக பார்க்க தேவனை அனுமதிக்கும்போதும், தேவனுக்குள்ளாக

பார்க்க நாம் நாடும்போதும்தான் தேவனுடனான நெருக்கமான உறவு நடக்கிறது. அது தெரிந்துக் கொள்வது, கொண்டாடப்படுவது, நேசிக்கப்படுவது, பாதுக்காக்கப்படுவது, அக்கறை காட்டுவது மற்றும் தொடர்ந்து இருப்பதாகும். இதனை ஒன்றாய் நேரத்தில் செலவிடுவதில், பேசுவதில், நடப்பதில், சிரிப்பதில் மற்றும் அழுவதிலுமே காணமுடியும். இது வாழ்வை பகிர்ந்து கொள்வதாகும்.

உங்களுக்கு தேவனோடு நெருக்கமான உறவு இருக்கிறதா?

நிச்சயமாய் இருக்க வேண்டும்.

உங்களால் முடியும்.

> **நெருங்கிய உறவு என்பது தேவனுடைய சமூகத்தை முதலில் தேடி, அந்த பிரசன்னத்திலே இருந்து, அவருடைய சமூகத்தின் பிரகாசத்தில் ஜொலிப்பதாகும்.**

நீங்கள் தேவனுக்கு கொடுக்கும் எல்லாவற்றையும் விட நெருக்கத்தை தான் அவர் வாஞ்சிக்கிறார்.

அழுத்தமும் உஷ்ணமும் நெருக்கத்தை உண்டாக்குகிறது. அது உராய்ச்சலாகும். ஒரு மணவாளனுக்கும் மணவாட்டிக்கும் இடையேயானநெருக்கமான உடலுறவை நினைத்துப் பாருங்கள். அது ஒரு அருமையான உஷ்ணமும் அழுத்தமுமாக இருக்கும்படியாய் தேவனால் உண்டாக்கப்பட்ட ஒரு கலவையாகும்.

இந்த உடலுறவை நாம் எல்லாரிடத்திலும் வெளிப்படுத்தாவிட்டாலும், நெருங்கிய உறவு என்பது தேவனோடு கூட மற்ற எல்லா உறவுகளிடத்திலும் வைத்துக் கொள்ள முடியும். எல்லா உறவுகளுமே உஷ்ணம் மற்றும் அழுத்தத்தின் விளைவு தான்.

முன்னதாக ஆதியாகமம் 3ல் பார்த்த வீழிச்சி நினைவில் இருக்கிறதா?

> அவர் ஸ்திரீயை நோக்கி:நீ கர்ப்பவதியாயிருக்கும்போது உன் வேதனையை மிகவும் பெருகப்பண்ணுவேன்; வேதனையோடே பிள்ளை பெறுவாய்; உன் ஆசை உன் புருஷ-னைப் பற்றியிருக்கும், அவன் உன்னை ஆண்டுகொள்ளுவான் என்றார்.
>
> - ஆதியாகமம் 3:16

> பின்பு அவர் ஆதாமை நோக்கி: நீ உன் மனைவியின் வார்த்தைக்குச் செவிகொடுத்து, புசிக்கவேண்டாம் என்று நான் உனக்கு விலக்கின விருட்சத்தின் கனியைப் புசித்தபடியினாலே, பூமி உன் நிமித்தம் சபிக்கப்பட்டிருக்கும்; நீ உயிரோடிருக்கும் நாளெல்லாம் வருத்தத்தோடே அதின் பலனைப் புசிப்பாய். அது உனக்கு முள்ளும் குருக்கும் முளைப்பிக்கும்; வெளியின் பயிர்வகைகளைப் புசிப்பாய். நீ பூமியிலிருந்து எடுக்கப்பட்டபடியால், நீ பூமிக்குத் திரும்புமட்டும் உன் முகத்தின் வேர்வையால் ஆகாரம் புசிப்பாய்; நீ மண்ணாயிருக்கிறாய், மண்ணுக்குத் திரும்புவாய் என்றார்.

- ஆதியாகமம் 3:17-19

உஷ்ணமும் அழுத்தமும் வீழ்ச்சியின் விளைவாகும். உண்மை என்னவென்றால், சோதனைகளையும், பிரச்சனைகளையும், நம்மை சோதிக்கும் எல்லா காரியங்களையும் நாம் வெறுக்கிறோம். களைகள் இல்லாத பட்சத்தில் தோட்டதை பராமரிப்பது அரு-மையாய் இருக்கும். வலி இல்லாத பட்சத்தில் மகப்பேறு நன்றாய் இருக்கும். இவை யாவும் வீழ்ச்சியின் விளைவுகளாகும். ஆனாலும், மகப்பே-று,தோட்டத்தின் வேலை மூலமாக தேவன் நமக்கு நல்ல ஈவுகளை தருகிறார். அதே போலவே, அழுத்தம் மற்றும் உஷ்ணத்தை நெருக்கமான உறவை கொடுக்க தேவன் பயன்படுத்துகிறார்.

வெறும் வேத வாசிப்பது, ஆராதனை பாடல்கள் பாடுவதினால் மாத்திரம் நெருக்கமான உறவு உண்டாகாது. இந்த உடைந்து போன உலகில் பிரச்சனைகளையும் சோதனைகளையும் சந்திக்குக்கும்போது நெருக்கமான உறவு நடக்கிறது. இன்னும் சொல்லபோனால், உஷ்ணம் மற்றும் அழுத்தத்தோடு நெருக்கம் உண்டாகிறது. வேகமாய் நடப்பது அழுத்தத்தையும் உஷ்ணத்தையும் கொடுக்கும். தேவனோடு நடப்பதே நெருக்கமான உறவை கொடுக்கும். அவர் நம்மோடு நெருங்கி இருக்க வாஞ்சிக்கிறார்; நம்முடனான ஜீவனுள்ள உறவை வாஞ்சிக்கிறார். நமக்கு ஜீவனுள்ள விசுவாசம் இருக்க வேண்டும் என்று வாஞ்சிக்கிறார்.

விசுவாசத்தில் வாழ்வது சுலபமல்ல. இயேசு என்ன சொன்னார் என்று பாருங்கள்:

இயேசு, அவர்களைப் பார்த்து: மனுஷரால் இது கூடாததுதான்; தேவனாலே எல்லாம் கூடும் என்றார்.

- மத்தேயு 19:26

அழுத்தத்தையும் உஷ்ணத்தையும் தொடர்ந்து நம் வாழ்வில் கண்டுகொள்வதே நிஜமாகும். ஒவ்வொரு நாளும் தேவன் நம்முடைய வாழ்வில் அசாத்தியமானவைகளை செய்யும்படியாய் அவரை நம்புகிறோம். நம்மால் முடியாது, தேவனால் முடியும் என்ற உண்மை, தொடர்ந்தேர்ச்சியான அழுத்தத்தையும் உஷ்ணத்தையும் பிறப்பிக்கிறது. அதனுடைய விளைவு, தேவனுடனான நெருக்கமான உறவு.

"தேவனே உம்மை அதிகமாய் அறிந்துக் கொள்ள விரும்புகிறேன்" என்று சொல்கிறோம், ஆனால் அதிகமான உஷ்ணத்தையும் அழுத்தத்தையும் எதிர்க்கொள்ள நாம் விரும்புவதில்லை.

> **தேவன் மாத்திரமே கிரியை செய்கிறார் என்ற வெளிப்பாட்டை பெற்றுக்கொள்ள, அழுத்தத்தை உஷ்ணத்தைப் பற்றின உங்கள் பார்வையை தேவன் மாற்றும்படியாக அனுமதிக்க வேண்டும்.**

அழுத்தம் அதிகரிக்கும்போது, "என்ன ஆயிற்று" என்று பார்க்கிறோம். இது நெருக்கம் என்று தேவன் சிரித்துக் கொண்டே சொல்கிறார்.

அழுத்தம் அதிகரிக்கிறதா? இப்பொழுது தான் தேவனுடனான நெருக்கம் உண்டாகிறது.

உஷ்ணத்திற்கும் நெருக்கத்திற்கும் விலகி ஓடாதீர்-கள். அது தேவனோடு நெருக்கத்தை உண்டாக்குகிறது.

தேவனுடனான அழகான சுலபமான உறவின் மூலம் நெருக்கம் உண்டாவதில்லை, ஆனால் உஷ்-ணம் மற்றும் அழுத்தம் மூலம் உண்டாகிறது.

அடுத்த முறை நீங்கள் உஷ்ணத்தையும் நெருக்க-த்தையும் உணரும்போது, தேவன் அவற்றை அவரோடு நெருக்கமான உறவை உண்டாக்க பயன்படுத்துகிறார் என்பதை நினைவுபடுத்திக் கொள்-ளும்படியாக உங்க-ளை உற்சாகப்படுத்துகிறேன்.

இப்படியாக யோசேப்பினால் சொல்ல முடிந்தது:

நீங்கள் எனக்குத் தீமைசெய்ய நினைத்தீர்கள்; தேவனோ, இப்பொழுது நடந்துவருகிறபடியே, வெகுஜனங்களை உயிரோடே காக்கும்படிக்கு, அதை நன்மையாக முடியப்பண்ணினார்.

- ஆதியாகமம் 50:20

பிசாசானவன் இயேசுவின் பாதத்தின் கீழ் இருக்கி-றான். (வெளிப்படுத்தல் 20:10). உண்மையில் தேவன் தம்முடைய வேலையை பூமியில் நிறைவேற்ற பிசாசை பயன்படுத்துகிறார்.

பவுல் இப்படியாக சொல்ல முடிந்தது:

அன்றியும், அவருடைய தீர்மானத்தின்படி அழை-க்கப்பட்டவர்களாய் தேவனிடத்தில் அன்-

புகூருகிறவர்களுக்குச் சகலமும் நன்மைக்கு ஏதுவாக நடக்கிறதென்று அறிந்திருக்கிறோம்.

- ரோமர் 8:28

> வி ஈர்ப்பு சக்தி எப்படி ஒரு இயற்கையான விதியாய் இருக்கிறதோ, அது போலவே தேவன் மாத்திரமே கிரியை செய்கிறார் என்ற நிஜமும் ஆவிக்குரிய யதார்த்தமாய் இருக்கிறது.

தேவன் மாத்திரமே கிரியை செய்கிறார் என்ற யதார்த்தம், வாழ்நாள் முழுவதுமான உஷ்ணத்தையும் அழுத்தத்தையும் விளைவிக்கிறது. தேவனே கிரியை செய்கிறார் என்பது:

- தேவன் செய்ய விரும்பும் காரியம் அவர் மாத்திரமே செய்ய முடியும்.

- தேவன் மாத்திரமே செய்யக்கூடியவைகளுக்காக அவரை சார்ந்திருக்க வேண்டும்.

இந்த உண்மைகள் உஷ்ணத்தையும் அழுத்-தத்தையும் கொடுக்கும். இந்த உஷ்ணமும் அழுத்தமும் தேவனோடு நெருக்கமான உறவை கொடுக்கும்.

ஆக, உங்கள் 'வேலை' என்ன?

தேவனுடனான உங்கள் நெருக்கத்தை மேம்படு-த்திக்கொள்ள உங்களுக்கு சுதந்திரம் உண்டு. உங்களோடு நெருக்கமாக இருக்கும்படியான தேவ-

னுடைய விருப்பத்தை வேதாகமம் இப்படியாக சொல்-
கிறது:

> என்னில் நிலைத்திருங்கள், நானும் உங்க-
> ளில் நிலைத்திருப்பேன்; கொடியானது திரா-
> ட்சச்செடியில் நிலைத்திராவிட்டால் அது
> தானாய்க் கனிகொடுக்கமாட்டாததுபோல, நீ-
> ங்களும் என்னில் நிலைத்திராவிட்டால், கனி-
> கொடுக்கமாட்டீர்கள். நானே திராட்சச்செடி,
> நீங்கள் கொடிகள். ஒருவன் என்னிலும் நான்
> அவனிலும் நிலைத்திருந்தால், அவன் மிகுந்த
> கனிகளைக் கொடுப்பான்; என்னையல்லாமல்
> உங்களால் ஒன்றும் செய்யக்கூடாது.

> - யோவான் 15:4-5

> இதோ, வாசற்படியிலே நின்று தட்டுகிறேன்;
> ஒருவன் என் சத்தத்தைக்கேட்டு, கதவைத்
> திறந்தால், அவனிடத்தில் நான் பிரவேசித்து,
> அவனோடே போஜனம்பண்ணுவேன், அவனு-
> ம் என்னோடே போஜனம் பண்ணுவான்.

> - வெளிப்படுத்தல் 3:20

> தேவன் தம்முடைய சாயலாக மனுஷனைச்
> சிருஷ்டித்தார், அவனைத் தேவசாயலாகவே
> சிருஷ்டித்தார்; ஆணும் பெண்ணுமாக அவர்க-
> ளைச் சிருஷ்டித்தார்

> - ஆதியாகமம் 1:27

தேவனுடைய அன்பைநீங்கள் அனுபவிப்பீர்களா?

உங்களை குறித்த தேவனுடைய விருப்பத்தை நீங்-
கள் அனுபவிப்பீர்களா?

தேவனுடனான நெருக்கமான உறவை நீங்கள் வி-
ரும்புவீர்களா?

நெருக்கம் என்றால் நெருக்கம்.

அடுத்த அத்தியாயத்தில் தேவனே கிரியை
செய்கிறார் என்ற கூற்று, தாழ்மையாய் இருப்பதை
உணர்த்துகிறது என்பதை பார்ப்போம்:

தேவன் மாத்திரமே கிரியை செய்கிறார்.

அதற்கு அவர்: என் சமுகம்
உனக்கு முன்பாகச் செல்லும்,
நான் உனக்கு இளைப்பாறுதல்
தருவேன் என்றார்.

- யாத்திராகமம் 33:14

தேவன் மாத்திரமே கிரியை செய்கிறார் | **அத்தியாயம் 7**

தாழ்மை

தேவன் மாத்திரமே கிரியை செய்தால், நம்முடைய வேலை என்ன? நாம் கவனம் செலுத்த தேவன் மூன்று காரியங்களை கொடுக்கிறார்.

1. நெருக்கம்

2. தாழ்மை

3. நன்றி உணர்வு

இதில் எந்த சுவாரஸ்யமும் இல்லை என்று மட்டும் நினைக்காதீகள். நீங்கள் இது வரை அனுபவிக்காத ஒரு அற்புதமான இடத்திற்கு தேவன் உங்களை வழி-நடத்துகிறார்.

தேவனே கிரியை செய்கிறார் என்பது நீங்கள் ஒன்றும் செய்யாமல் சுவாரஸ்யமே இல்லாமல் உட்கார்-ந்திருப்பதல்ல. அப்படியே எதிர்மறையானது. தேவன் கிரியை செய்யும்போது அது நமது பொறுப்புக-ளை மாற்றி, இந்த பூமியில் அவரோடு கை கோர்க்கும் சுதந்தரத்தை கொடுக்கிறது.

இப்பிரபஞ்சத்தில் தேவனும் சிருஷ்டிகருமாகிய அவரோடு இணைந்திருக்கும்போது எந்தவிதமான சலிப்பும் இருக்காது.

தேவன் தூங்குவதையோ உறங்குவதையோ உங்களால் காண முடியாது. நீங்கள் எங்கு பார்த்தாலும் அவர் மக்களின் வாழ்விலே கிரியை செய்துக் கொண்டேயிருப்பதை கவனிப்பீர்கள். நீங்கள் அவ-ரோடு இருக்குபோது அப்படியே உணர்வீர்கள்.

இயேசு எப்படி பிதாவோடு "கிரியை" செய்கிறார் என்பதை கண்பிக்கிறார்:

லூக்கா 2:49ல் இளம் வயது இயேசு மரியா-ளோடும் யோசேப்போடும் இப்படி-யாக மன்றா-டினார்: அதற்கு அவர்: நீங்கள் ஏன் என்னைத் தேடினீர்கள்? என் பிதா-வுக்க டுத்தவைகளில் நான் இருக்க வேண்-டியதென்று அறியீர்களா என்றார்."

"என் பிதாவின் அலுவலில் நான் இருக்க வேண்டும் என்பது உங்களுக்கு தெரியாதா என்று இன்னொரு மொழிபெயர்ப்பில் பார்-க்-கி-றோம்.

இயேசு அவர்களை நோக்கி: நான் என்னை அனுப்பினவருடைய சித்தத்தின்படி செய்-து அவருடைய கிரியையை முடிப்பதே என்-னுடைய போஜனமாயிருக்கிறது.- யோவான் 4:34

பகற்காலமிருக்குமட்டும் நான் என்னை அனுப்பினவருடைய கிரியைகளைச் செ-ய்ய-வேண்டும்; ஒருவனும் கிரியை செய்யக்கூ-டாத இராக்காலம் வருகிறது.- யோவான் 9:4

இயேசு அவர்களை நோக்கி: என் பிதா இது-வரைக்கும் கிரியைசெய்துவருகிறார், நானும் கிரியைசெய்துவருகிறேன் என்றார்.- யோவான் 5:17

இயேசுவை பின்பற்றுவதினாலே இதே வகையில் தான் நம்மையும் அவர் வழிநடத்துவார் என்பதை நாம் புரிந்து கொள்ள வேண்டும். பெரும்பாலும், மக்கள் நம்முடைய இரட்சிப்புக்கு மாத்திரம் தான் இயேசு தேவை, மற்றபடி அவருடைய வேலை ஒன்று, நமக்கு ஒரு வேலை உண்டு என்று கருதுவதுண்டு. எப்பொழு-தாவது சபையோடு சேர்ந்து ஊழியத்துக்கு செல்வது, மற்ற உதவிகளை செய்வது, அதற்கு பின், திங்கள் கிழமை அவர்கள் வேலை வேறு, தேவனுடைய வேலை வேறு.

தேவன் செயல்படுகிறார் என்பதின் கருத்து, அவர் எப்படி இயேசுவோடு செய்தாரோ, அதே போல உங்க-ள் மூலமாயும் செய்வார் என்பதாகும்.

தேவன் கிரியை செய்கிறார் என்றால், அதில் உங்-களுடைய வேலைக்கும் அவருடைய கிரியை-க்கும் எந்த வித்தியாசமும் இல்லை. இரண்டு காரிய-ங்களை பார்க்கிறோம்:

1. நமது வேலை
2. தேவனுடைய கிரியை

தேவன் ஒன்றை தான் பார்க்கிறார்:

1. தேவனே கிரியை செய்கிறார்

வேதாகமம் ஒன்றை தான் போதிக்கிறது:

1. தேவனே கிரியை செய்கிறார்

இயேசுவை போல, தேவன் உங்கள் மூலமாய் செ-யல்படுவதை அனுபவிக்க ஒரே வழி, தாழ்மை. தேவன் மாத்திரமே கிரியை செய்கிறார் என்ற நிஜத்தை பார்-க்கும்போது நீங்கள் வேதத்தை இன்னும் அதி-கமாய் புரிந்து கொள்ள உதவுகிறது. தேவன் மாத்-திரமே கிரியை செய்கிறார் என்பதை மனதில் வைத்து கொண்டு பில்லிப்யர் 2ஐ வாசியுங்கள்:

> ஆதலால் கிறிஸ்துவுக்குள் யாதொரு ஆறு-தலும், அன்பினாலே யாதொரு தேறுத-லும், ஆவியின் யாதொரு ஐக்கியமும், யா-தொரு உருக்கமான பட்சமும் இரக்கங்க-ளும் உண்டானால், நீங்கள் ஏக சிந்தையும் ஏக அன்புமுள்ளவர்களாயிருந்து, இசைந்த ஆத்-துமாக்களாய் ஒன்றையே சிந்தித்து, என் சந்தோஷத்தை நிறைவாக்குங்கள்.
>
> ஒன்றையும் வாதினாலாவது வீண்பெரு-மையி-னாலாவது செய்யாமல், மனத்தாழ்மை-யினா-லே ஒருவரையொருவர் தங்களிலும் மேன்மையானவர்களாக எண்ணக்கடவீர்க-ள். அவனவன் தனக்கானவைகளையல்ல, பி-றரு-க்கானவைகளையும் நோக்குவானாக.

கிறிஸ்து இயேசுவிலிருந்த சிந்தையே உங்களி-லும் இருக்கக்கடவது.

அவர் தேவனுடைய ரூபமாயிருந்தும், தேவ-னுக்குச் சமமாயிருப்பதைக் கொள்ளை-யாடின பொருளாக எண்ணாமல்,

தம்மைத்தாமே வெறுமையாக்கி, அடிமையின் ரூபமெடுத்து, மனுஷர் சாயலானார்.

அவர் மனுஷரூபமாய்க் காணப்பட்டு, மர-ணபரியந்தம், அதாவது சிலுவையின் மரண-பரியந்தமும் கீழ்ப்படிந்தவராகி, தம்மை-த்தாமே தாழ்த்தினார்.

ஆதலால் தேவன் எல்லாவற்றிற்கும் மேலாக அவரை உயர்த்தி,

இயேசுவின் நாமத்தில் வானோர் பூதலத்தோர் பூமியின் கீழானோருடைய முழங்கால் யாவும் முடங்கும்படிக்கும்,

பிதாவாகிய தேவனுக்கு மகிமையாக இயே-சுகிறிஸ்து கர்த்தரென்று நாவுகள் யாவும் அறிக்கைபண்ணும்படிக்கும், எல்லா நாம-த்தி-ற்கும் மேலான நாமத்தை அவருக்குத் தந்த-ருளினார்.

- பிலிப்பியர் 2:6-11)

எப்படி இயேசுவின் வேலை தாழ்மையாய் இரு-ந்தது என்று இந்த இடத்திலே பார்க்கிறோம். தாழ்மை என்-பது சுலபமான வேலை என்று நினைக்காதீர்க-ள். தாழ்மையாய் இருப்பதற்கு நீங்கள் இதுவரை செ-ய்யா-தவைகளை செய்ய வேண்டியிருக்கும்.

தேவனோடு நெருக்கமாய் இருப்பதற்கு தாழ்மை மிகவும் அவசியம். தாழ்மை தான் தேவனை அனு-பவி-த்து அவருடைய கிரியையில் அவரோடு இணைய வழி வகுக்கிறது.

தேவன் தாழ்மைக்கு பலன் தருகிறார்.

கடைசியாக, தேவன் தாழ்மைக்கு பலன் தரு-கிறார் என்று பார்க்கிறோம். தாழ்மையின் மூலமாய் தேவனை தைரியமாய் ஆராதிக்கலாம். தாழ்மை தே-வனுடைய மகிமைக்கு நம்மை கொண்டு செல்கிறது. நீங்கள் இனிமேல் வாழப்போகிற அற்புதமான காரி-யங்களுக்கு நேராக உங்களை கொண்டு செல்வதும் தாழ்மையே.

> **தாழ்மை என்பது விரும்பி பெறக்கூடியதாகும்.**

தாழ்மையை குறித்தும் தேவனுக்கு முன்பாக உங்களை தாழ்த்துவதை குறித்தும் வேதன் என்ன சொல்கிறது என்று பாருங்கள்:

ஆகையால், நீங்கள் தேவனால் தெரி-ந்து-கொள்ளப்பட்ட பரிசுத்தரும் பிரியருமாய், உருக்கமான இரக்கத்தையும், தயவையும், மனத்தாழ்மையையும், சாந்தத்தையும், நீடிய பொறுமையையும் தரித்துக்கொண்டு

- கொலோசெயர் 3:12

அல்லாமலும், எனக்கு அருளப்பட்ட கிரு-பையினாலே நான் சொல்லுகிறதா-

வது; உங்-களில் எவனானாலும் தன்னை-
க்குறித்து எண்ணவேண்டியதற்கு மிஞ்சி
எண்ணாமல், அவனவனுக்கு தேவன் பகிர்ந்த
வி-சுவாச அளவின்படியே, தெளிந்த எண்ண-
முள்ளவ-னாய் எண்ணவேண்டும்.

- ரோமர் 12:3

தாழ்மை என்பது செயலற்ற காரியம் அல்ல. அது
செயலாற்றும். அது கிரியை. தேவன் எதிர்ப்பார்க்கும்
தாழ்மை பிறரிடம் இருந்து கற்றுகொள்வதை அல்ல,
உங்களுக்குள் உங்கள் மூலம் இருக்கிற கிறிஸ்து-
வின் தாழ்மையையே. உண்மை என்னவென்றால்,
கிறி-ஸ்து இல்லாமல் நம்மிடத்தில் தாழ்மைக்கான
நம்பிக்-கையே இருக்காது.

தேவனை அன்றி, நாம் யார் என்பதை நினைவு-ப்ப-
டுத்தி கொள்வோம்:

உணர்வுள்ளவன் இல்லை; தேவனைத்
தேடு-கிறவன் இல்லை;

-ரோமர் 3:11

எல்லாரும் பாவஞ்செய்து, தேவமகிமைய-
ற்றவ-ர்களாகி

-ரோமர் 3:23

நானே திராட்சச்செடி, நீங்கள் கொடிகள்.
ஒருவன் என்னிலும் நான் அவனிலும் நி-
லைத்-திருந்தால், அவன் மிகுந்த கனிகளைக்
கொ-டுப்பான்; என்னையல்லாமல் உங்களால்
ஒன்றும் செய்யக்கூடாது.

-யோவான் 15:5

தேவன் இல்லாமல் நாம் ஒன்றும் இல்லை, நம்மால் ஒன்றும் செய்ய முடியாது.

நம்முடைய தாழ்மை கூட தேவன் செய்யும் கிரி-யை தான். நமக்குள் தேவன் இல்லாமல், தாழ்மை இல்லை. நீங்களும் நானும் தாழ்மையாய் இருக்க, நாம் தேவனுடைய தாழ்மையை அனுபவித்து அவருடைய தாழ்மையின் கிரியை நமக்குள் நம் மூலமாக செய-ல்பட அனுமதிக்க வேண்டும்.

Yவருடங்களுக்கு முன், எனது அடையா-ளத்தி-ல் நான் போராடினேன். ஆனால் சிரு-ஷ்டிப்பில், தேவன் நம்மை பரிசுத்தராக குற்றமற்றவர்களாக உண்டாக்கினார். நாம் விசேஷித்தமானவர்களாய், பாதுகாப்பாய், தேவ-னால் ஏற்றுக்கொள்ளப்பட்டவ-ர்களாய் உண்-டாக்-கப்பட்டோம். வீழ்ச்சியின் போது, இந்த பரிபூரண சிருஷ்டிப்பு கறையாக்கப்பட்டது. நம்முடைய அடையாளமான பாதுகாப்பு, முக்கியத்து-வம், ஏற்றக்-கொள்ளப்பட்டது என்பதெல்லாம், பயம், குற்ற உணர்வு, நிராகரிப்பு என்பவைகளாய் மாறின. இயேசு கிறிஸ்துவின் மரணம், அடக்கம், உயிர்த்தெழு-தல் மூலமாய், பயம், குற்ற உணர்வு, நிராகரிப்பு எல்லாம் பாதுகாப்பு, முக்கியத்துவம், ஏற்றக்கொள்ளப்படுதலா-ய் மறுபடியும் திரும்ப பெறப்பட்டது. இது தேவனுடைய கிரியை.

இன்னும் தேவன் என்னை பார்க்கிறது போல என்னால் பார்க்க முடியவில்லை. ஒரு நாள், என்னு-டைய புகைப்படத்தை வேதாகமத்தில் வைக்க

தேவன் என்னை ஏவினார். வேதாகமம் இயேசுவை காண்பிக்கிறது. அதற்கு முன்பாக நான் என்னை கறைப்பட்டவனாக தேவனுக்கு முன்பாக ஒன்றும் இல்லாதவனாய் பார்த்தேன். தேவனுக்கு இயேசு தான் முக்கியம் என்பதாய் பார்த்தேன். நான் கொஞ்சம் கூட இயேசுவை போல இல்லை. எங்கு திரும்பினா-லும் என்னுடைய நடத்தையில் முரண்பாட்டையும், குற்றத்தையும் தான் பார்த்தேன். என்னுடைய புகை-ப்படத்தை வேதாகமத்தில் வைத்தவுடன், தேவன் நம்மை எப்படி பார்க்கிறார் என்பதை காண எனக்கு உதவினது. தேவன் நம்மை பார்க்கும்போது, நமக்கு-ள் இயேசுவை பார்க்கிறார். கிறிஸ்துவுக்குள் நாம் பரி-சுத்தர்களாகவும், குற்றம் சாட்டப்டாதவர்களாகவும் இருக்கிறோம். அல்லேலூயா!

> **தேவன் வாஞ்சிக்கிற வாழ்வுக்கான நம்பிக்கை இது எனக்கு கொடுக்கிறது.**

தாழ்மை என்று வரும்போது, இயேசு தாழ்மையா-னவர். அவர் இல்லாமல் நாம் தாழ்மையானவர்கள் அல்ல. நம்மை இயேசுவினால் நிரப்ப தேவன் நமக்கு-ள் கிரியை செய்கிறார். அப்படி செய்யும்போது, இயேசு-வின் தாழ்மையினால் நம்மை நிரப்புகிறார்.

தேவன் நம்மிடத்தில் எதிர்ப்பார்க்கும் தாழ்மை, இயேசுவிடத்தில் மாத்திரமே காணப்படும் தா-ழ்மை-யை தான் என்பதே, தேவனே செயல்படுகிறார் என்ற கூற்றின் அர்த்தமாகும்.

தேவனுடனான நெருக்கத்திற்கு திறவுகோல் தாழ்மையே.

தாழ்மை தான் நாம் தேவனை அனுபவித்து அவரோடு இணைந்து செயல்பட நம்மை அனுமதி-க்கிறது.

இந்த நற்செய்தியை புரிந்து கொண்டீர்களா?

தேவன் தாழ்மைக்கு பலன் தருகிறார்.

அப்பொழுது அவன் என்னை நோக்கி: தானியேலே, பயப்படாதே; நீ அறிவை அடைகி-றதற்கும், உன்னை உன்னுடைய தேவனுக்கு முன்பாகச் சிறுமைப்படுத்துகிறதற்கும், உன் மனதைச் செலுத்தின முதல்நாள் துவக்கி உன் வார்த்தைகள் கேட்கப்பட்டது; உன் வார்த்தை-களினிமித்தம் நான் வந்தேன்.

- தானியேல் 10:12

கர்த்தர் தம்முடைய ஜனத்தின்மேல் பிரியம் வைக்கிறார்;

சாந்தகுணமுள்ளவர்களை இரட்சிப்பினால் அலங்கரிப்பார்.

- சங்கீதம் 149:4

அவர் அதிகமான கிருபையை அளிக்கிறாரே. ஆதலால் தேவன் பெருமையுள்ளவர்களுக்கு எதிர்த்து நிற்கிறார், தாழ்மையுள்ளவர்களு-க்கோ கிருபை அளிக்கிறாரென்று சொல்லியி-ருக்கிறது.

~ James 4:6 (NIV)

தாழ்மை என்பது தானாய் உருவாவது கிடையாது. அதை வாஞ்சிக்க வேண்டும்.

தாழ்மை ஒரு பெரிய ஈவு. அது இல்லை என்றால் நம் வாழ்வில் பல பிரச்சனைகள் வரும். உதாரணத்திற்கு, தாழ்மை இல்லாத வாழ்வு கடினமானதாகிறது. தாழ்மையுடன் கூடிய வாழ்வோ தலைமைத்துவம் ஆகிறது.

தேவன் மத்திரமே கிரியை செய்கிறார் என்றால் அவர் தாழ்மையானவர்களோடு செயல்பட்டு தலைமைத்துவத்தை கொடுக்கிறார் என்பதாகும்.

வெற்றிகரமான தலைவர்களின் நல்ல பழக்கங்கள் என்ற தேவ புத்தகத்தில் இவற்றை குறிப்பிடுகிறது:

1. நெருக்கம்
2. தாழ்மை
3. நன்றி உணர்வு

இன்னும் குறிப்பாக:

1. தேவனோடும் பிறரோடும் நெருக்கம்
2. தேவனுக்கும் பிறருக்கும் முன்பாக தாழ்மை
3. தேவன் மற்றும் பிறருக்காக நன்றி உணர்வு

தாழ்மையாய் இருக்க நாடுங்கள். தாழ்மைக்கான பலனை நாடுங்கள்.

நெருக்கத்திற்கான திறவுகோல் தாழ்மை. அடுத்த அத்தியாயத்தில், தாழ்மைக்கான திறவுகோல் நன்றி உணர்வு என்பதை பார்க்க போகிறோம்..

தேவனே கிரியை செய்கிறார்.

நாம் வேண்டிக்கொள்ளுகிறதற்கும்
நினைக்கிறதற்கும் மிகவும் அதிகமாய்
நமக்குள்ளே கிரியைசெய்கிற
வல்லமையின்படியே, நமக்குச் செய்ய
வல்லவராகிய அவருக்கு, சபையிலே
கிறிஸ்து இயேசுவின் மூலமாய்த்
தலைமுறை தலைமுறைக்கும்
சதாகாலங்களிலும் மகிமை
உண்டாவதாக. ஆமென்.

–எபேசியர் 3:20,21

தேவன் மாத்திரமே கிரியை செய்கிறார்

அத்தியாயம் 8
நன்றியுணர்வு

தேவனே கிரியை செய்கிறார் என்பதில் மாற்று கருத்து இல்லை. அவரே செயல்படுகிறார். தேவன் கிரியை செய்கிறார், சில நேரங்களில் நாம் செயல்படுகிறோம். தேவனுடைய கிரியையில் அவர் மாத்திரமே செயல்படுகிறார் என்பது தான் அதன் பொருள். தேவன் செய்யக்கூடிய செயல்களை அவர் மாத்திரமே செய்ய முடியும்.

ஆக, நம்முடைய வேலை என்ன? தேவன் செய்ய வேண்டியவைகளை அவர் செய்தால், நம்முடைய வேலை தான் என்ன?

தேவனை அனுபவித்து அவருடைய கிரியைகளில் நாம் இணைத்து கொள்ளலாம். இவைகளால் தான் அது சாத்தியமாகும்:

1. நெருக்கம்

2. தாழ்மை

3. நன்றியுணர்வு

தேவனோடு நெருங்கிய உறவை நாம் வளர்த்துக் கொள்ளலாம்.

நெருக்கத்திற்கான திறவுகோல் தாழ்மை.

தாழ்மைக்கான திறவுகோல் நன்றியுணர்வு.

நன்றையுணர்வு, உண்மையான தாழ்மையினால் உண்டாகிறது.

நன்றியுணர்வு நெருக்கத்திற்கு வழி வகுக்கிறது. இந்த ஞானமான தேவனை சக்கரத்தை உங்களால் காண முடிகிறதா?

தாழ்மையாய் இல்லாமல் நீங்கள் நன்றியுடம் இருக்கலாம், ஆனால் நன்றியுணர்வு இல்லாமல் நீங்கள் தாழ்மையாய் இருக்க முடியாது.

தேவனுடனான நெருக்கம் என்னவாக இருக்கிறது?

தாழ்மையின் நிலையில் இருப்பது நமக்கு மிகவும் பிடித்து விடுகிறது. தேவனிடத்திலிருந்து விலகி நாமாகவே செயல்பட முயற்சிப்பதை நிறுத்தி விடுகிறோம். ஒவ்வொரு நேரமும் நாம் தேவனோடு இணைந்திருக்க வேண்டிய கட்டாயத்தை புரிந்து கொள்கிறோம்.

ஜெபம் செய்வது இல்லாமல், ஜெப வாழ்க்கையாகவே மாறிவிடுகிறது.

வாரத்தில் ஒரு நாள் ஆராதிப்பது மாறி, எப்பொழுதுமே ஆராதிக்கிற நிலை உருவாகிவிடுகிறது.

தேவனிடத்திலிருந்து எதையும் எதிர்ப்பார்க்காமல், அவருடைய சமூகத்தை நாடுகிறோம். அவர் என்ன செய்கிறார் என்பதை அல்ல, அவரையே தேட ஆரம்பித்து விடுகிறோம்.

யாரும் பார்க்காதபோதும் அளவில்லாத தாழ்மை உண்டாகிறது. நீங்கள் தூங்கி எழுந்த உடன், தேவனுடைய பிரசன்னத்தை உணர்ந்து தாழ்மையாய் அவருடைய வார்த்தையின் மூலம் உங்களோடு பேச, ஜெபத்திலே அவரை கவனிக்க வாஞ்சிக்கிறீர்கள். தாழ்மையை பழகிவிட்டதால் அதை இருதயத்திலும், எண்ணத்திலும், முழங்கால் படிதலிலும் காண்பிக்கிறீர்கள்.

இப்படி நடக்கும்போது, உங்களுக்குள் இருக்கும் நன்றியுணர்வு தேவனுடைய ஆவியால் பொங்கி எழுகிறது. பிதா, குமாரன், பரிசுத்த ஆவிக்குள் இருக்கும் நன்றியுணர்வுக்கு நீங்கள் சாட்சியாய் மாறுகிறீர்கள். உண்மையாய் தேவனை அனுபவிப்பதின் மிக நெருக்கமான வெளிப்பாடு இது தான்.

தேவனுடனான ஆழமான நெருக்கத்தினால் எப்பொழுதுமே நன்றியுணர்வின் நிலையில் இருக்க பழகிவிடுகிறோம்.

நன்றியை காண்பிக்க நன்றிசெலுத்தும் நாள் வரை நாம் காத்திருப்பதில்லை. மாறாக, தேவன் மாத்திரமே செயல்படுகிறார் என்ற சத்தியத்தில் நிரம்பிவிடுகிறோம். இந்த சத்தியத்தை அதிகமாய் அறிந்து கொள்ளும்போது நமது நன்றியுணர்வும் அதிகரிக்கிறது.

கிறிஸ்துவை போன்ற தாழ்மையோடும் நன்றியுணர்வோடும் தேவனுடனான நெருக்கத்தை தேடுவது சரியே என்று ஒத்துக்கொள்கிறீர்கள். ஆரம்பத்தில் இது சுவாரஸ்யமில்லாததாகவும், நினைத்துப்பார்க்க முடியாததும், பயமுறுத்துவதாகவும் இருக்கும். சீக்கிரத்தில், நன்றியுணர்வு நமக்குள்ளாக வளர ஆரம்பிக்கிறது. வானத்திலிருந்து பூமிக்கு வருகிற பனிப் பொழிவை போல வருகிறது. அது வர்ணிக்க முடியாதது.

தாழ்மையின் மூலம், அளக்கமுடியாத அளவுக்கு நன்றியுணர்வை அனுபவிப்பீர்கள்.

பின்னால் இருந்து எதிர்காலத்தை நோக்கி

தேவனுடைய கிரியைக்காக முன்கூட்டியே நன்றி சொல்ல ஆரம்பித்து விடுவீர்கள்.

ஏற்கனவே நடந்த காரியங்களுக்காக தேவனுக்கு நன்றி செலுத்துவதற்கு அதிக விசுவாசம் தேவைப்படாது. இனிமேல் தேவன் செய்யப்போகிறவைகளு-

க்காக நன்றி செலுத்துவதில் தான் உண்மையான விசுவாசம் இருக்கிறது.

ஆதியாகமம் முதல் அதிகாரத்தில், "தேவன் சொன்னார்" என்பது "தேவன் பார்த்தார்" என்று மாறுகிறது. தேவன் என்ன பார்த்தார்? அவர் சொன்ன எல்லாவற்றையும் பார்த்தார். தேவன் மாத்திரமே செயல்படுகிறார் என்பதை நாம் பார்த்து அனுபவிக்கும்போது, தேவன் சொன்னமாத்திரத்தில் நடந்ததை நாமும் பார்க்க முடியும்.

பல காலங்களாக நான் அப்படி பார்க்கவில்லை.

தேவன் பேசுவதை நான் கேட்பேன், அது நிறைவேறும் வரை கவலையோடு இருப்பேன். தேவன் சொன்னதை அவர் செய்யும்படியாக அவரை கேட்டுக்கொண்டே இருப்பேன். அற்புதத்தை பார்த்த பிறகு தான் நன்றியுணர்வு வரும். நான் நன்றி செலுத்தாமல் ஜெபித்ததை அது கண்பிக்கிறது.

பிலிப்பியர் 4:6ல் பவுல் சொல்கிறார்:

> நீங்கள் ஒன்றுக்குங் கவலைப்படாமல், எல்லாவற்றையுங்குறித்து உங்கள் விண்ணப்பங்களை ஸ்தோத்திரத்தோடே கூடிய ஜெபத்தினாலும் வேண்டுதலினாலும் தேவனுக்குத் தெரியப்படுத்துங்கள்.

"ஸ்தோத்திரத்தோடே கூட" என்ற வார்த்தையை கவனிக்கவும். இது மிக முக்கியமானது. நன்றியுணர்வு இல்லாமல் யாராவது உங்களிடம் ஏதாவது கேட்டிருக்கிறார்களா? அப்படி இருந்தால் அது மோசமானதாகும். ஒரு பெற்றோர் பிள்ளைகள் கேட்பதை எப்பொழுதே தவறாமல் கொடுக்கும் பட்சத்தில், ஒரு

பிள்ளை ஏதோ ஒன்றை கேட்டு அதை வருத்தத்து-
டனும் நன்றி சொல்லாமலும் பெற்று கொண்டால்
அது எப்படியிருக்கும் யோசித்து பாருங்கள். கேட்டது
கிடைத்த பிறகு தான் நன்றியுணர்வு என்று நாம் நி-
னைக்கிறோம். ஆனால் அது நன்றியுணர்வுக்கு பிறகு
தான் என்று தேவன் சொல்கிறார்.

நெருக்கமான உறவில், தேவனுடைய குணத்தை
நாம் பார்க்கிறோம். அவருடைய குணாதிசயத்தின்
மூலம் அவருடைய உடன்படிக்கை நடக்கிறது. தே-
வனுடைய நன்றியுணர்வு பின்னால் பார்ப்பது அல்ல,
அது எதிர்காலத்தை பார்க்கிறதாகும். நாம் முன்
கூட்டியே நன்றி செலுத்த ஆரம்பிக்கிறோம்.

நெருக்கமாய் இருக்கும்போது, தேவன்
சொன்னதை பார்த்தார் என்பதை கற்றுக்கொடுக்கி-
றார். தேவன் பார்க்கிறதை நாம் பார்க்க காத்துக் கொ-
ண்டிருக்கிறோம். அது தான் விசுவாசத்தின் சாரம்சம்:
தேவன் ஏற்கனவே பார்க்கிறதை நாம் பார்க்க காத்தி-
ருக்கிறோம்.

நெருக்கத்தில், தேவனின் நேரம் நம்முடைய
நேரமாய் ஆகிறது. தேவன் பேசும்போது நடக்கிறது.
தேவன் இப்பொழுது பார்க்கிறார், பிறகு அல்ல.

மத்தேயு 6:10ல், இயேசு நமக்கு ஜெபிக்க கற்று
கொடுக்கிறார்:

> "உம்முடைய ராஜ்யம் வருவதாக; உம்முடைய
> சித்தம் பரமண்டலத்திலே செய்யப்படுகிறது-
> போல பூமியிலேயும் செய்யப்படுவதாக"

தேவனுடைய கிரியை என்று வரும்போது, உடன-
டியாக நன்றி செலுத்துவதே நமது வேலை.

> **விரைவில், நன்றியுணர்வை தேவன் எப்படி பார்க்கிறாரோ, அப்படியே நாமும் பார்ப்போம். நன்றியுணர்வை எப்பொழுதும் கடைப்பிடிப்போம். இப்பொழுது அது நம் குணாதிசயத்தில் ஒன்றாகி விடுகிறது.**

இத்தனை காலம் நன்றியுணர்வோடு இல்லையே என்கிற உண்மையான தேவனுக்கேற்ற கவலை தான், நன்றியுணர்வின் உச்சகட்டமாகும். ஆச்சரியமான கிருபை என்ற பாமாலையில் வரும் "பார்க்கக்கூடாதிருந்தேன், ஆனால் இப்பொழுது காண்கிறேன்" என்ற வரிகளுக்கு இப்பொழுது புது அர்த்தத்தை பார்க்கிறோம். உங்களுக்குள்ளும் பிறருக்குள்ளும் இருக்கிற நன்றியுணர்வை பகுத்தறிய பரிசுத்த ஆவியானவர் உங்களுக்கு ஒரு அளவுகோலை கொடுப்பார். உங்களுக்கு அன்பானவர்கள் நன்றியுணர்வோடு இருக்க ஜெபிக்க ஆரம்பிப்பீர்கள். எத்தனை முறை தேவனை அவமதித்திருக்கிறோம் என்று பார்ப்பீர்கள். அதை குறித்து நீங்கள் மனங்கசந்து நன்றியுள்ள நபரை இருக்க விருப்பமுண்டாகும். நீங்கள் உங்களையோ பிறரையோ கட்டுப்படுத்த முடியாது. நன்றியோடு இருக்க அர்ப்பணியுங்கள்.

தேவன் மாத்திரம் செயல்படுவதில், அவர் செயல்படுகிறார், நமக்கு நன்றியுணர்வை கொடுத்திருக்கிறார்:

துன்மார்க்கத்திற்கு ஏதுவான மதுபான வெறிகொள்ளாமல், ஆவியினால் நிறைந்து; சங்கீதங்களினாலும் கீர்த்தனைகளினாலும்

ஞானப்பாட்டுகளினாலும் ஒருவருக்கொரு-
வர் புத்திசொல்லிக்கொண்டு, உங்கள் இருத-
யத்தில் கர்த்தரைப் பாடிக் கீர்த்தனம்பண்ணி,
நம்முடைய கர்த்தராகிய இயேசுகிறிஸ்துவின்
நாமத்தினாலே எப்பொழுதும் எல்லாவற்றி-
ற்காகவும் பிதாவாகிய தேவனை ஸ்தோத்திரி-
த்து,

- எபேசியர் 5:18-20

ஆகையால், நீங்கள் கர்த்தராகிய கிறிஸ்து
இயேசுவை ஏற்றுக்கொண்டபடியே, அவரு-
க்குள் வேர்கொண்டவர்களாகவும், அவர்மேல்
கட்டப்பட்டவர்களாகவும், அவருக்குள் நடந்து-
கொண்டு, நீங்கள் போதிக்கப்பட்டபடியே, விசு-
வாசத்தில் உறுதிப்பட்டு, ஸ்தோத்திரத்தோடே
அதிலே பெருகுவீர்களாக.

- கொலோசெயர் 2:6-7

எப்பொழுதும் சந்தோஷமாயிருங்கள். இடை-
விடாமல் ஜெபம்பண்ணுங்கள். எல்லாவற்றி-
லேயும் ஸ்தோத்திரஞ் செய்யுங்கள்; அப்படிச்
செய்வதே கிறிஸ்து இயேசுவுக்குள் உங்களை-
க்குறித்து தேவனுடைய சித்தமாயிருக்கிறது.

- 1 தெசலோனிக்கேயர் 5:16-18

கர்த்தரைத் துதியுங்கள், அவர் நல்லவர், அவர்
கிருபை என்றுமுள்ளது.

- 1 நாளாகமம் 16:34

நன்றியுணர்வை தெரிந்துகொள்ளுங்கள்

தாழ்மையும் நன்றியுணர்வும் எப்படி ஒன்றாயிருக்கிறது என்பதை பார்க்கிறீர்களா?

நீங்கள் கிரியை செய்பவர்களாய் இருக்கும்போது, நன்றியுணர்வோடு இருப்பதற்கு தாழ்மையானது தொடந்து தேவைப்படுகிறது. இது அவ்வளவு சுலபமல்ல, தேவனுக்கும் உங்களுக்கும் ஒருவேளை இப்படி ஒரு உரையாடல் வரலாம்:

நீங்கள்: பிதாவே, நான் இன்றைக்கு என்ன செய்ய வேண்டும்?

தேவன்: நன்றியோடு இரு

நீங்கள்: சரி, நன்றி, இன்றைக்கு நான் என்ன செய்ய வேண்டும்?

தேவன்: நன்றி செலுத்து

நீங்கள்: பிதாவே, நான் அதை ஏற்கனவே செய்துவிட்டேன். நான் எப்படி உங்களுக்கு சேவை செய்ய முடியும்?

தேவன்: நன்றி செலுத்து

நீங்கள்: சரி, எனக்குள் என் மூலம் செய்யும் கிரியைகளுக்காக நன்றி. அடுத்தது என்ன?

தேவன்: இன்றைக்கு நன்றி செலுத்து

நீங்கள்: இது கர்த்தர் உண்டு பண்ணின நாள், இதிலே களிகூர்ந்து மகிழக்கடவோம். இப்பொழுது என்ன?

தேவன்: மவுனம்

நீங்கள்: ஆண்டவரே, எங்கே இருக்கிறீர்?

தேவன்: நான் கொடுத்தத்தை செய்

நீங்கள்: என்னை நன்றியாய் இருக்க சொன்னீர்கள்.

தேவன்: மிக சரி

நீங்கள்: பிதாவே, என்னை மன்னியும். என்னுடைய நன்றிகளுக்கு நீர் பாத்திரர். இன்றைக்கு நன்றியோடு இருக்க என்னை அர்ப்பணிக்கிறேன். எப்பொழுதும் உம்மை பற்றியும் உம்முடைய கிரியையும் தியானிப்பேன்.

தேவன்: அருமை, நல்ல உண்மையான என் பிள்ளையே.

நெருக்கத்தின் முன்னேற்றத்தை உங்களால் பார்க்க முடிகிறதா? தாழ்மையே நெருக்கத்திற்கான திறவுகோல். நன்றியுணர்வே தாழ்மையின் திறவுகோல்.

தேவனே செயல்படுவதில் நாம் இவற்றின் மீது கவனம் செலுத்தலாம்:

1. நெருக்கம்
2. தாழ்மை
3. நன்றியுணர்வு

இவை எல்லாம் ஒரு முறை செய்யும் காரியங்கள் அல்ல. இவை நம்முடைய குணாதிசயங்களை காண்பிக்கும். தேவனுடைய அளவில் தாழ்மையையும்,

நன்றியுணர்வையும், நெருக்கத்தையும் மதிப்பிடுவோ-மா? நம்மால் முடிந்த அளவு எல்லாவற்றையும் செய்து-விட்டோம் என்று நினைக்கும்போது, தேவன் இன்னும் அதிகமானவைகளை காண்பிக்கிறார். அவருடைய தன்மையானது நம்முடைய குணாதிசயங்களை தா-ண்டினதாகும்.

நன்றியுணர்வு என்ற குணத்தை வளர்த்துக் கொ-ள்ளுங்கள்.

1 கொரிந்தியர் 15:58ல் பவுல் சொல்கிறார்:

ஆகையால், எனக்குப் பிரியமான சகோதர-ரே, கர்த்தருக்குள் நீங்கள் படுகிற பிரயாசம் விருதாவாயிராதென்று அறிந்து, நீங்கள் உறு-திப்பட்டவர்களாயும், அசையாதவர்களாயும், கர்த்தருடைய கிரியையிலே எப்பொழுதும் பெ-ருகுகிறவர்களாயும் இருப்பீர்களாக.

தாழ்மையையும், நன்றியுணர்வையும், நெருக்க-த்தையும் முறுமுறுப்புடன் செய்கிறவர்களை தேவன் எதிர்ப்பார்ப்பதில்லை. அது உண்மையான நன்றி அல்ல. தேவன் மாத்திரம் கிரியை செய்கிறார் என்ப-தில் உற்சாகத்துடன் இருப்பதை கர்த்தர் எதிர்ப்பா-ர்க்கிறார்.

தேவன் செயல்படுகிறார் என்பதை தவறான எண்ணத்தோடு கூட நம்மால் ஏற்றுக் கொள்ள முடியும். தாழ்மையையோடும், நன்றியோடும், நெருக்கத்தோ-டும் தேவனுக்கு சேவை செய்வது மிகவும் தரமற்ற செயல் என்று கூட யோசிக்க தோன்றும். இந்த போ-ராட்டத்தை என்னால் புரிந்து கொள்ளமுடிகிறது. நம்

செயல்பாட்டின் மூலம் நம்மை அடையாளப்படுத்திக் கொள்ளும்படியான சோதனை நிஜமானது தான்.

இது தான் நடக்கிறது. ஒரு நாம் தாழ்மை, நன்றி, நெருக்கம் ஆகியவற்றில் கவனம் செலுத்த ஒப்புக் கொள்கிறோம். அடுத்த நாள் யாரேனும் "என்ன செய்கிறார்ய்" என்று கேட்கும்போது, என்ன பதில் சொல்வதென்று நமக்கு தெரியாது.

இதுவரை யாராவது "தாழ்மையும், நெருக்கமும், நன்றியுணர்வும் தான் என் வேலை" என்று சொல்ல கேட்டிருக்கிறீர்களா? நான் கேட்டதில்லை. ஆனால் அது தான் நமது நோக்கமாய் தேவன் கொடுத்திருக்கிறார்..

> **நீங்கள் ஆசிரியரோ, ஓட்டுனரோ, மருத்துவரோ, வக்கீலோ, பேராசிரியரோ, அறுவை சிகிச்சை செய்பவரோ, அரசியல்வாதியோ, விஞ்ஞானியோ, பொறியாளரோ, கூலி வேலையாளோ, யாராயிருந்தாலும், உங்கள் நோக்கம் தாழ்மை, நன்றியுணர்வு மற்றும் நெருக்கமான உறவு தான்.**

தேவன் மட்டுமே கிரியை செய்தால், நீங்கள் தேவனை அனுபவித்து, அவருடைய கிரியையில் இணைத்து கொள்ளலாம். தாழ்மை, நெருக்கம், நன்றியுணர்வை அனுபவிக்க எல்லாருக்குமே ஒரு வாய்ப்பு கொடுக்கப் பட்டிருக்கிறது. இது பரலோகத்தி-

ல் உங்கள் குறிக்கோளாய் இருக்கலாம். இந்த பூமியி-லும் உங்கள் குறிக்கோள் இது தான்.

இந்த வேலையை ஏற்றுக்கொள்வீர்களா?

தேவனை நீங்கள் அனுபவிப்பீர்களா?

அவருடைய கிரியையில் நீங்கள் இணைத்து கொ-ள்வீர்களா?

தாழ்மை, நெருக்கம், நன்றியுணர்வை கு-றிக்-கோளாய் வைப்பதில் தேவனோடு மகிழ்வீர்களா?

அப்படியிருந்தால், நீங்கள் ஒரு புதிய பெரிய அளவில் கனி கொடுப்பீர்கள். இதனை அடுத்த அத்தியாயத்தில் பார்ப்போம்.

தேவனே கிரியை செய்கிறார்.

அப்பொழுது இயேசு அவர்களை நோக்கி:
மெய்யாகவே மெய்யாகவே நான் உங்களுக்குச்
சொல்லுகிறேன்: பிதாவானவர் செய்யக்
குமாரன் காண்கிறதெதுவோ, அதையேயன்றி,
வேறொன்றையும் தாமாய்ச் செய்யமாட்டார்; அவர்
எவைகளைச் செய்கிறாரோ, அவைகளைக்
குமாரனும் அந்தப்படியே செய்கிறார்.
பிதாவானவர் குமாரனிடத்தில் அன்பாயிருந்து,
தாம் செய்கிறவைகளையெல்லாம் அவருக்குக்
காண்பிக்கிறார்; நீங்கள் ஆச்சரியப்படத்தக்கதாக
இவைகளைப் பார்க்கிலும் பெரிதான
கிரியைகளையும் அவருக்குக் காண்பிப்பார்.
பிதாவானவர் மரித்தோரை எழுப்பி
உயிர்ப்பிக்கிறதுபோல, குமாரனும் தமக்குச்
சித்தமானவர்களை உயிர்ப்பிக்கிறார். அன்றியும்
பிதாவைக் கனம்பண்ணுகிறதுபோல எல்லாரும்
குமாரனையும் கனம்பண்ணும்படிக்கு,
பிதாவானவர்தாமே ஒருவருக்கும்
நியாயத்தீர்ப்புச் செய்யாமல், நியாயத்தீர்ப்புச்
செய்யும் அதிகாரம் முழுவதையும் குமாரனுக்கு
ஒப்புக்கொடுத்திருக்கிறார். குமாரனைக்
கனம்பண்ணாதவன் அவரை அனுப்பின பிதாவையும்
கனம்பண்ணாதவனாயிருக்கிறான்.

- யோவான் 5:19-23)

தேவன் மாத்திரமே கிரியை செய்கிறார்

| அத்தியாயம் 9

கனி

தேவன் மாத்திரமே கிரியை செய்கிறார் என்பதின் அர்த்தம் தேவன் மாத்திரமே கனி கொடுக்கிறார் என்பதாகும்.

ஆனால் இந்த உண்மையை மிகவும் மோசமான முறையில் அறிந்து கொண்டேன்.

செயற்கையான கனி

ஆம்பத்தில் நான் கனி கொடுக்கிறேன் என்று நினைத்திருந்தேன். நான் தேவனுக்காக கடினமான உழைப்பாளியாய் இருந்தபோது, ஒரு சபையை ஸ்தாபித்தேன். தேவனுக்காக பெரிய காரியங்களை செய்வது என் நோக்கமாய் இருந்தது.

“எல்லாமே தலைமைத்துவத்தை சார்ந்து தான் இருக்கிறது” என்பதாக நான் கலந்து கொண்ட கருத்தரங்குகளில் கேட்டேன்.

கொஞ்சம் கொஞ்சமாக வாரத்தில் அறுபது மணிநேரமாய் இருந்த என் வேலை, எழுபத்தைந்து, எண்பது, தொண்ணூறாகவும் மாறியது. இரண்டு வருடங்களாக, தினமும் காலை 3 மணியிலிருந்து 6 மணி வரை தான் தூங்கினேன். கிட்டத்தட்ட மரித்தவன் போல இருந்தேன். என்னுடைய நோய் எதிர்ப்பு சக்தி குறைந்தது. தினமும் காலையில் தலைவலியோடு எழுந்தேன். ஒவ்வொரு நாளும் உபாதனைகளுக்கான மாத்திரகள், இன்னும் பல மருந்துகளை நான் உயிர் வாழ உட்கொண்டேன். இதனால் எனக்கு நீர் சோகை ஏற்பட்டு சிறுநீரகத்தில் இரண்டு கற்களும் உண்டானது. அதோடு சேர்ந்து பலவிதமான தொற்று உண்டாகி, ஒரு வருஷத்தில் மூன்று முறை காய்ச்சலில் அவதிப்பட்டேன். கடுமையான காய்ச்சலில் கூட நான் வேலை செய்து கொண்டே இருந்தேன்.

இந்த முட்டாள்தனத்தின் மத்தியில், சபை வளர்ந்தது. எங்கள் ஐக்கியத்தில் மிக வேகமாக வளர்ந்த சபைகளாக நாங்கள் இருந்தோம். அநேக புது விசுவாசிகளுக்கு ஞானஸ்நான்ம் கொடுத்து சீஷர்களாக்கினோம். நான் நிதிகளை திரட்டி, பல உபகரணங்களை வாங்கி, அநேக வேலையாட்களை நியமித்தோம். அது தான் கனி என்று அந்த நேரத்தில் நினைத்தேன்.

புதிதாய் ஆரம்பித்த சபையாய் இருந்த நாங்கள் மூன்று வருஷத்தில், அனைவரும் அறிந்த ஒரு திருச்சபையாக மாறினோம். எனக்கு வழிகாட்டியாய் இருந்தவர், சபையில் நன்றாய் செயல்படுபவர்களையும் திறமைசாலிகளையும், சபையின் நிர்வாக வேலையில்

அமர்த்த சொன்னார், அப்படியே செய்தேன். உறுப்பி-னர்களுக்கான நீண்ட பட்டியலை உண்டுபண்ணி ஒரு பெரிய திருச்சபையாய் அங்கீகரிக்கப்பட்டோம். சபையில் அனைவரும் ஒருமனதாக என்னை மே-ய்ப்பன் என்று அழைக்க ஒப்புக்கொண்டனர். இந்த ஒரு நேரத்தை நாங்கள் விமர்சியாக கொண்டாடி-னோம். ஒரு அது மகிழ்ச்சியான கொண்டாட்டமாய் இருந்தது.

மிகவும் கனியுள்ளதாய் இருந்தது. இந்த வெற்றி-க்காக எல்லாரும் என்னை பாராட்டினர்.

சில மாதங்களுக்குள் எல்லாம் மாறியது. புதிதாய் ஏற்படுத்தப்பட்ட தலைவர்கள் சபையை எப்படி நடத்த வேண்டும் என்று வித்தியாசமாக சொல்ல ஆரம்பித்தனர். நான் மிகவும் சோர்வடைந்து பய்ந்து காணப்பட்டேன். நான் பாதுகாப்பான முறையில் எதிர்கொண்டேன். எல்லா தலைவர்களுக்குள்ளும் சண்டை வந்தது. வெற்றியை கொண்டாடின ஒரு வரு-ஷத்தில் எல்லாரும் பிரச்சனைகளை பற்றி பேச ஆர-ம்பித்தனர். நிர்வாக விதிமுறையின்படி, என்னை சபை மேய்ப்பனாக வைப்பதற்கு ஒரு தேர்தலை நடத்த வேண்டும் என்று சொன்னார்கள்.

ஒரு ஞாயிற்று கிழமையன்று, தலைவர்களு-ள் ஒருவர் வந்து தேர்தலை நடத்தினார், நான் மே-ய்ப்பன் பொறுப்பிலிருந்து விலக்கப்பட்டேன். நான் மிகவும் காயப்பட்டேன். நான் பணத்தை கையாடவோ, மோசமான பாவத்தையோ செய்யவில்லை. நான் இயேசுவுக்காக கடினாய் உழைத்து குற்றமுள்ளவனா-னேன். என்னை கட்டுப்படுத்த முடியாத அளவுக்கு போய்விட்டேன்.

நான் முற்றிலுமாக உடைக்கப்பட்டேன். இப்பொழுது தேவனின் நன்மையையும் கிருபையையும் பார்க்க ஆரம்பித்தேன்.

தேவனோடு தர்க்கித்து வாக்குவாதம் செய்து ஒரு மாதத்திற்கு பிறகு ஒரு போதகர்கள் ஐக்கியத்திற்கு சென்றேன். என்னுடைய வலியையும் நான் சிறுமைப்பட்டதையும் பகிர்ந்து கொண்டேன். எனக்கு அறிமுகமாகாத ஒருவர் என்னிடம் வந்து “கெவின், நீ வேலையிலிருந்து விலக்கப்படவில்லை, நீ விடுதலை ஆக்கப்பட்டிருக்கிறார்” என்றார்.

நான் அதை அப்பொழுது ஏற்றுக்கொள்ளவில்லை. அது தீர்க்கதரிசனமான வார்த்தை என்று இப்பொழுது தெரிகிறது.

ஒரு மாதத்திற்கு பிறகு, இந்தியாவிலிருந்து விமானத்தில் வீடு திரும்பும்போது, எனது வாழ்க்கை முழுதும் தேவ பிரசன்னத்தை ஆவலோடு தேட அர்ப்பணித்தேன். அதை குறித்து அறிந்து கொள்ள என்னுடைய வேறு நூல்களை (உங்கள் வார்த்தை என்ன, முக்கியமானதிற்கு வாருங்கள், ஆச்சரியமான உதாரத்துவம்) வாசியுங்கள்.

கனியில் தான் வித்தியாசம் இருந்தது.

உண்மையான கனி

நான் பொறுப்பிலிருந்து விலக்கபட்ட மாதங்களில், ஒரு ஆலோசனை வழங்கும் ஊழியத்தில் தஞ்சம் புகுந்தேன். கிறிஸ்துவுக்குள் என் அடையாளத்தை நான் கண்டுகொள்ள ஒரு சில மனிதர்களை தேவன்

பயன்படுத்தினார். கிறிஸ்துவுக்குள்ளான சுதந்திரத்தை நான் அறிந்து நாளை நான் இன்னும் நினைவில் வைத்திருக்கிறேன்.

நான் இனி இதையும் தேவனுக்காக செய்யவில்லை என்றாலும் கூட, தேவன் என்னை நேசிப்பார் என்ற உண்மையை அறிந்த மாத்திரத்தில் மிதக்க ஆரம்பித்தேன். நாம் தசமபாகம் செலுத்துவதையும், சாட்சியிடுவதையும், பிறரோடு சேர்ந்து ஜெபிப்பத்தையும் நிறுத்தினால் கூட, தேவன் என்னை நேசிப்பதில் கொஞ்சம் கூட குறையமாட்டார் என்பதை அறிந்து கொண்டேன். ஊழியமானது ஊழியமானது நிர்ப்பந்தத்திலிருந்து அனுபவிப்பதாய் மாறினது.

கிறிஸ்துவுக்காக கடின உழைப்பாளியாய் இருந்த என்னை தேவனுடைய பிரசன்னத்தை ஒவ்வொரு நாளும் ஆவலோடு தேடுகிற பிள்ளையாஇ தேவன் என்னை மாற்றினார்.

அந்த ஆலோசனை மையத்தில் ஊழியனாய் சேர்ந்தேன். உடைக்கப்பட்ட நிலையில் இருந்த என்னை, மற்ற போதர்களுக்கு எனக்கு நடந்ததை பகிர்ந்து கொள்ளும்படியாய் தேவன் என்னை வழிநடத்தினார். என்னுடைய பாதிப்பை அநேகருக்கு உற்சாகப்படுத்தும்படியாக பயன்படுத்தினார். தேவனுக்காக கிரியை செய்ய வேண்டும் என்ற அந்த போராட்டம் முடிந்தது. நான் தேவனுடைய சமூகத்தை நாடி, அவர் செயல்பட அனுமதித்தபோது அவர் என்னை கொண்டு அற்புதமான காரையங்களை செய்தார்.

ஒருமுறை நூற்றுக்கணக்கான போதகர்களுடன் கிறிஸ்துவுக்குள் அடையாளத்தை காண்பது என்ற

தலைப்பில் பேச அழைக்கப்பட்டேன். நான் தகுதியி-அற்றவனாய் உணர்ந்தேன். ‘இதை செய்ய நான் யார்? நான் நிராகரிக்கப்பட்டேன், தோல்வி அடைந்தேன்” என்ற கேள்வி கேட்டேன். அப்பொழுது தான் தேவன் எனக்கு இதை காண்பித்தார்.

> **உண்மையான கனி நம்மை சார்ந்ததல்ல, தேவனை சார்ந்தது.**

என்னுடைய சாட்சியோடு சேர்த்து முனைவர். நீல். டீ. ஆன்டர்சனின் கிறிஸ்துவுக்குள் சுத்ந்திரத்திற்கான பத்து வழிகளை அந்த போதகர்களோடு பகிர்ந்து கொண்டேன். ஒவ்வொரு போதகர்களாக, உடை-க்கப்பட்டு, தேவனுக்கு முன்பாக தங்களை தாழ்த்தி, மனந்திரும்பி, தேவனோடு ஒப்புரவாகி, தேவன் அவ-ர்களை குணமாக்க ஒப்புக்கொடுத்தனர். கூட்டத்தின் முடிவுல் உண்மையாகவே போதகர்கள் மனங்கசந்து, அழுது, தேவனை ஆராதித்து, மகிழ்ச்சியில் நடனமா-டினர். தேவனை குறித்த ஆச்சரியத்தோடு நான் உட-கார்ந்திருந்ததை நான் மறக்கவில்லை.

பல வருஷங்களாக இப்படிப்பட்ட கனிகளை கொடுக்க நான் என்னையே அழித்துக் கொண்டிரு-ந்தேன். இப்பொழுது நான் ஒன்றும் செய்யவில்லை, தேவன் எனக்காக செய்ததை பகிர்ந்து கொண்டேன், எல்லா இடங்களிலிருந்தும் கனிகள் உண்டானது. அது பகலுக்கும் இரவுக்கும் உள்ள வித்தியாசத்தை போல இருந்தது.

சில வருடங்களுக்கு பிறகு, இன்றைக்கு வரைvயி-ல் நன்றாய் இயங்கி கொண்டிருக்கிற, உணவு, உடை,

மற்றும் வீட்டு சாதன் பொருட்களை தேவையானோருக்கு கொடுக்கும் 'இயேசுவிடமிருந்து அன்புடன்' என்ற அரசு சாரா ஸ்தாபனத்தை துவங்கினேன். சபை ஸ்தாபிக்கும் போது இருந்ததை விட மூன்று மடங்கு அதிகமான மக்களுக்கு ஒரே நாளில் ஜெபித்தேன். என்னை சிற்றிலும் 360 கோண வட்டத்தை போட்டு, என்னை சுற்றிலும் தேவன் செய்த எண்ணற்ற அற்புதங்களை பார்க்கிறேன். இயேசுவிடமிருந்து அன்போடு ஊழியத்தின் மூலமாக லட்சக்கணக்கான நிதியை சேகரித்து தேவைப்பட்ட மக்களுக்கு விநியோகிக்கப்பட்டது.

காலம் கழிந்து, இருபத்தைந்து வருடங்களுக்கு பிறகு, நூற்றுக்கணக்கான தொழில்களையும், தன்னார்வ நிறுவனங்களையும், திருச்சபைகளையும் ஆரம்பிக்க என்னை தொழிலதிபராக மாற்றினார்.

இன்றைக்கும் நன்றாய் செயல்பட்டுக் கொண்டிருக்கும் க்ளோபல் ஹோப் இந்தியாவை துவங்க தேவன் என்னை பயன்படுத்தினார். தேவனுடைய கிருபையினால், லட்சக்கணக்கான மைல் தூரம் இருபத்தேழு நாடுகளுக்கு சென்றிருக்கிறேன். இந்தியாவிற்கு ஐம்பது தடவைகளுக்கு மேலாக சென்று 1000 நபர்களுக்கு மேற்பட்டவர்களை ஊழிய பயணத்திற்கு அழைத்து சென்றிருக்கிறேன். இந்தியாவில் ஊழியத்திற்காக லட்சக்கணகான டாலர்களை க்ளோபல் ஹோப் இந்தியா திரட்டி உதவியிருக்கிறது.

தேவன் எனக்கும் என் மனைவி ஷெல்லிக்கும், சில முதலீடு செய்யக்கூடிய பொருட்களை கொடுத்திருக்கிறார். ஒன்றான மெய் தேவனை காண்பிக்க இந்தியர்களுக்கு எங்கள் இல்லத்தை திறந்து வைத்திருக்கிறோம்.

கடந்த மூன்று வருடத்தில், இந்த புத்தகம் உட்பட ஐந்து நூல்களி எழுத தேவன் என்னை ஆசீர்வதிரு-க்கிறார். சர்வதேச சிறந்த புத்தக விற்பனையாளராக 20 லட்சத்துக்கும் மேலான பிரதிகளை விற்பனை செய்ய கர்த்தர் உதவினார். உலகமெங்கும் புத்தகம் விற்கப்படும் எல்லா இடங்களிலும் என்னுடைய புத்த-கம் கிடைக்கும். 166 நாடுகளில் என்னுடைய நேரடி ஒளிபரப்பு சென்றுள்ளது.

இன்று ஸ்பிரிட் மீடியா என்கிற புத்தக அச்சீடு, வெளியீடு, சந்தைப்படுத்தும் நிறுவனத்தின் அதி-பராக இருக்கிறேன். இந்த நிறுவனம் வேகமாக வளர்ந்து கொண்டிருக்கிறது. ஒவ்வொரு வேலையா-ட்களும், திட்டமும், வாடிக்கையாளரும், முதலீடு செ-ய்பவரும் தேவனால் கிடைத்த கனியாயிருக்கின்றன. என் மூலமாக எனக்குள் அவர் கனி கொடுக்கிறார். இப்பொழுது எனக்கு தெரியும்:

> **விடுதலையிலிருந்து வரும் பலன்களை பெறுவதே தேவன் வாஞ்சிப்பது. கிரியை அல்ல.**

உலகம் சொல்வது, "வலி இல்லாமல், எந்த பலனும் இல்லை". ஆனால் ஆவி சொல்கிறது:

> நம்முடைய மீறுதல்களினிமித்தம் அவர் காய-ப்பட்டு, நம்முடைய அக்கிரமங்களினிமித்தம் அவர் நொறுக்கப்பட்டார்; நமக்குச் சமாதான-த்தை உண்டுபண்ணும் ஆக்கினை அவர்மேல் வந்தது; அவருடைய தழும்புகளால் குணமாகி-றோம்.

- ஏசாயா 53:5

உண்மை என்னவென்றால், நாம் பலனை பெற்று கொள்ள, வலியை இயேசு எடுத்து கொண்டார். இது இரட்சிப்புக்கும், நீங்கள் வாழ்க்கையில் அனுபவிக்கும் ஒவ்வொரு கனிக்கும் ஏற்றதாகும்.

இயேசுவின் வலியினால் உண்டான பலன் - கனி - நீங்கள்.

கனி என்ன, யார், எப்படி, எப்பொழுது, எங்கு என்ப-தில் தெளிவடைவோம்....

யார்:

தேவன் மாத்திரமே கிரியை செய்தால் அவர் மாத்திரமே கனி கொடுக்க முடியும்.

என்ன:

நாமே தேவனுடைய கிரியையின் கனி

எப்பொழுது:

நாம் இயேசுவோடு இணைந்திருக்கும்போது

பிதாவானவர் கனி கொடுப்பார் என்று-சொன்னார்.

எங்கே:

தேவனுடைய கிரியையின் கனி நமக்குள் நம்மை கொண்டு உண்டாகிறது.

எப்படி:

பரிசுத்த ஆவிக்கு நாம் விட்டு கொடுக்கும்போ-து நமக்குள் கனி உண்டாகிறது என்று பவுல் சொல்கிறார்.

தேவன் நம்மை கனி கொடுக்க அழைப்பதென்ப-
து, நாமே செய்யும்படியாக தேவன் கட்டளையிடும் கா-
ரியமல்ல. மாறாக, நமக்குள் நம் மூலம் கனி கொடுக்க
தேவனை அனுமதிப்பதாகும்.

இன்றைக்கு திருச்சபையில் இருக்கும் வெற்றிட-
த்தை நமக்கு காண்பிக்கிறது. ஆனால் உலகத்தில்
பல சகோதர சகோதரிகள் கனியற்றவர்களாய் இரு-
க்கிறார்கள். எந்த விதமான கனியும் இன்றி இயேசு
என்ற நாமத்தை சுமந்து கொண்டிருக்கிறார்கள்.

கனியில்லாமையினால் பாதிக்கப்பட்டுகிறோம்.....

குடும்பங்கள் பாதிக்கப்படுகின்றன.

திருமணங்கள் பாதிக்கப்படுகின்றன.

திருச்சபைகள் பாதிக்கப்படுகின்றன.

தொழில்கள் பாதிக்கப்படுகின்றன.

சமூகங்கள் பாதிக்கப்படுகின்றன.

தேசங்கள் பாதிக்கப்படுகின்றன

கனியில்லாமையினால் உலகமும் பாதிக்கப்படுகிறது.

இது தேவன் கிரியை செய்ய கனி கொடுக்க விரு-
ம்பாததினால் அல்ல.

இயேசு கிறிஸ்துவின் திருச்சபையானது உலகம்
முழுவதும் காண, ருசி பார்க்க, அனுபவிக்கும்படியாய்
கனி கொடுக்கும் சந்தையாக இருக்க வேண்டும்.

கசப்பான உண்மை இது: கிரியை இல்லையேல் கனி இல்லை.

பலர் சொல்லலாம்: "ஆனால் நான் கடினமாக உழைக்கிறேன்".

"மிக சரி" என்று தேவன் பதிலளிக்கிறார்.

அது தான் பிரச்சனையே. தேவனுடைய கிரியை விட நாம் நம் கிரியையை மேன்மைப்படுத்துகிறோம். பரலோகத்தில் தேவைப்படாத காரியங்களை செய்வதில் நாம் அலுவலாய் இருப்பதினால், இந்த பூலோகத்தில் நம் மூலமாய் தேவன் கிரியை செய்ய விட்டுக் கொடுக்க நேரமில்லை.

எனக்கு தெரியும். என்னை நம்புங்கள். பல காலமாக, தேவனுடைய கிரியையில் அல்லாமல், என்னுடைய கிரியையில் கவனம் செலுத்தினேன். "நாம் கிரியை செய்யும்போது செயல்படுகிறோம், நாம் ஜெபிக்கும்போது தேவன் செயல்படுகிறார்" என்று ஹட்ஸன் டெய்லர் சொல்கிறார். (ஹட்ஸன் என்.டி.)

தேவனையன்றி நம்மால் கனி கொடுக்க முடியாது. நாம் கிரியை செய்யும்போது, கனி கொடுப்பதில்லை. தேவன் கிரியை செய்யும்போது கனி உண்டாகிறது.

எல்லா கனியும் தேவனிடத்தில் வருகிறது.

தேவன் மாத்திரம் செயல்படுகிறார் என்பது, தேவன் மாத்திரமே கனி கொடுக்கிறார் என்பதாகும்.

தேவன் செயல்படுவதை நாம் தவிர்க்கும்போது, தேவன் மாத்திரமே உண்டாக்கும் கனிகளை நாம் தவற விடுகிறோம்.

ஆவியின் கனி

நாம் தேவ சமூகத்தில் இருக்கும்போது, நம் வாழ்க்கையில் ஆவியின் கனியை அனுபவிக்கிறோம். கலாத்தியர் 5:22-23 சொல்கிறது:

> "ஆவியின் கனியோ, அன்பு, சந்தோஷம், சமாதானம், நீடியபொறுமை, தயவு, நற்குணம், விசுவாசம், சாந்தம், இச்சையடக்கம்; இப்படிப்பட்டவைகளுக்கு விரோதமான பிரமாணம் ஒன்றுமில்லை".

கனியை கொடுப்பது யார்? பரிசுத்த ஆவி

யார் கனி கொடுப்பதில்லை? நீங்களும் நானும்.

இந்த கனியை பரிசுத்த ஆவியானவர் எங்கே கொடுக்கிறார்? நம் வாழ்க்கையில்.

வீழ்ச்சிக்கு பின், பரிசுத்த ஆவியானவர் ஆவியின் கனியை கொடுப்பது நிர்ப்பந்தமற்றதாய் மாறியது. ஆவியானவர் நற்பண்புகளை கொண்டவரானதால் யாரையும் கட்டாயப்படுத்துவது இல்லை. (லூக்கா 11:13). நம்முடைய ஒத்துழைப்பு இல்லாமல் கலாத்தியர் 5:22-23 நடப்பதில்லை. பரிசுத்த ஆவியானவரை நாம் நாடி, கிட்டி, ஒவ்வொரு நிமிடமும் அவரோடு இணைந்திருக்க வேண்டும். அப்படி செய்யும்போது, நாம் கனி கொடுப்போம். இல்லையென்றால் நம்மால் கனி கொடுக்க முடியாது.

கனி என்பது நாம் தெரிந்தெடுப்பது.

இந்த வெளிப்பாட்டை இதற்கு முன் பெறாவிட்டால், இதனை ஏற்றுக்கொள்வீர்களா? தேவன் மாத்திரமே செயல்படுவது, அவர் மாத்திரமே கனி கொடுக்க முடியும். இந்த நிஜமானது புவி ஈர்ப்பு சக்தியை போன்றது. அதை உள்வாங்கி என்ன நடக்கிறதென்று பாருங்கள்.

துரதிர்ஷ்டவசமாக, சத்துருவானவன் உலகமெங்கும் சகோதர சகோதரிகளை தேவன் அவர்களுடைய அன்றாட வாழ்க்கையில் தேவை இல்லை என்பதாக வஞ்சித்துவிட்டான்.

இது தான் தீர்வு: தேவன் மாத்திரமே செயல்படுவது, அவர் மாத்திரமே கனி கொடுக்க முடியும்.

நீங்கள் கனி கொடுப்பீர்கள்

யோவான் 15:8ல் இயேசு சொல்கிறார்,

நீங்கள் மிகுந்த கனிகளைக் கொடுப்பதினால் என் பிதா மகிமைப்படுவார், எனக்கும் சீஷராயிருப்பீர்கள்.

உண்மையில் இந்த வசனங்களை பார்க்கும்போது, நம்மில் அநேகர் தோற்றவர்கள் என்று நினைக்க தோன்றும். நான் அப்படி நினைத்தேன். தேவனுடைய கனி நம் வாழ்வில் தேவை என்பதை புரிந்து கொள்கிறோம். சில நேரங்களில் சத்துரு "பார், நீ தோற்றுப்போனவன், உன்னால் தேவனுடைய மகிமையை கொண்டு வர முடியாது" என்ற பொய்யை ஓதுகிறான்.

யோவான் 15:16ல் இயேசு சொல்கிறார்,

நீங்கள் என்னைத் தெரிந்துகொள்ளவில்லை, நான் உங்களைத் தெரிந்துகொண்டேன்; நீங்கள் என் நாமத்தினாலே பிதாவைக் கேட்டுக்கொள்வது எதுவோ, அதை அவர் உங்களுக்குக் கொடுக்கத்தக்கதாக நீங்கள் போய்க் கனிகொடுக்கும்படிக்கும், உங்கள் கனி நிலைத்திருக்கும்படிக்கும், நான் உங்களை ஏற்படுத்தினேன்.

"நீங்கள் கனி கொடுப்பீர்கள்" என்று இயேசு சொல்வது சந்தேகம் அல்ல ஆனால் ஒரு வாக்குத்தத்தம்.

"கூடுமானால்" என்ற வார்த்தை அவருக்கு அல்ல, நமக்கு. நமக்குள் தேவனை கனி கொடுக்க அனுமதிப்பது நம்முடைய விருப்பம். நம் மூலம் நமக்குள் கனி கொடுக்க தேவன் செய்ய வேண்டிய எல்லாவற்றையும் அவர் செய்துவிட்டார். இப்பொழுது நாம் அவர் செயல்பட அனுமதிக்க வேண்டும்.

தேவன் மாத்திரமே கொடுக்கக்கூடிய கனிகள் எல்லாருக்குமே தேவை என்பது சரியே. நம் எல்லாருக்குமே கனிகளை பிடிக்கும். எல்லாருமே அதனை வாஞ்சிக்கிறோம். கனிகள் இல்லாமல் இருப்பது நாம் விரும்பாததினாலே அல்ல. பிரச்சனை என்னவென்றால், வீழ்ச்சிக்கு பிறகு, எல்லா கனிக்கும் கிரியை அவசியமாகிவிட்டது. சுருக்கமாக சொன்னால், கனியை பெற்று கொள்ள கடினமாக உழைக்கும்படி சத்துரு ஆக்கிவிட்டான். இதனை இன்னொரு விசை பார்ப்போம்:

இது தான் தீர்வு: தேவனே செயல்படுகிறார்; பொருள், தேவனே கிரியை செய்கிறார்.

இதனை ஒவ்வொன்றாக பார்ப்போம்:

தேவனுடைய கிரியை = தேவனுடைய கனி

நாம் இந்த பொய்யை நம்பிவிடுகிறோம்:

நமது கிரியை = தேவனுடைய கனி

உண்மை என்னவென்றால்:

> **தேவனுடைய கிரியை இல்லாதது = கனிகளற்றது**

நாம் எல்லாரும் கனியை வாஞ்சிக்கிறோம், ஆகவே அதை பெற்றுகொள்ள கடினமாக உழைக்கிறோம். ஆனால் நாம் தேவனை, தேவன் நமக்குள் செயல்படுவதை புறக்கணிக்கும்போது கனியில்லாமல் போகிறது. தேவனுடைய கனியை பெற்றுக் கொள்ள ஒரே வழி அவர் செயல்பட அனுமதிப்பது தான்.

"எங்களுக்கு தேவன் இல்லை" என்ற மனநிலை "தேவன் மாத்திரமே கொடுக்கக்கூடிய கனிகளுக்காக அவர் எனக்கு நிச்சயம் தேவை" என்பதாக புதுப்பிக்கப்பட வேண்டும்.

மனதை மாற்றுவது கூட தேவனுடைய வேலை தான், ஆனால் அதை செய்ய நீங்கள் அனுமதிக்க வேண்டும்.

அனுமதிப்பீர்களா??

வட்டம் ஒன்று: ஆம் இல்லை

தேவன் உங்களுக்குள் செயல்பட நீங்கள் அனு-
மதிக்கும்போது தேவன் கனி கொடுப்பார். தேவனே
செயல்படுகிறார் என்பது தேவனே கனி கொடுக்கிறார்
என்பதாகும். தேவன் மாத்திரமே கிரியை செய்கிறார்
என்று சொல்வதை தேவன் மட்டுமே கனி கொடுக்கி-
றார் என்றும் சொல்லலாம் - தேவன் செயல்பட்டால்
மட்டுமே.

கிரியை இல்லை = கனி இல்லை

தேவனுடைய கிரியை = தேவனுடைய கனி

கனி கிரியையை சார்ந்திருக்கும். நம்முடைய கிரி-
யையில் அல்ல, தேவனுடைய கிரியையில்..

தேவனுடனான நெருக்கத்திற்காக தான் நாம்
உண்டாக்கப்பட்டோம். கனி தேவனிடத்திலிருந்து
தான் வரும். கனி தேவனுடனான நெருக்கத்தின்
மூலம் உண்டாகும் விளைவாகும்.

நெருக்கம் + தேவனுடைய கிரியை = உண்மை-
யான கனி

மனிதனுடைய கிரியை - நெருக்கம் = கிரியை
இல்லை (போலியான கனி)

எந்த கனிக்கும் உங்களுக்கும் சம்பந்தமில்லை.
இதை புரிந்து கொள்ளுங்கள்: கனி என்பது உங்க-
ளிடத்தில் இருப்பவை மூலம் அல்ல, உங்களிடத்தில்
இல்லாதவைகளால் உண்டாகிறது. வேதத்தில் இரு-
க்கும் எல்லா அற்புதங்களுக்கும் இது தான் முறை.

தேவ அளவிலான கனி

தேவன் மாத்திரமே செய்யக்கூடிய கிரியைகளை செய்ய அவரை அனுமதிப்பது தான் அவரால் மாத்திரம் உண்டாக்கும் கனியை கொடுப்பதின் ஆரம்பமாகும்.

> சகலவித நற்கிரியைகளுமாகிய கனிகளைத் தந்து, தேவனை அறிகிற அறிவில் விருத்தியடைந்து, கர்த்தருக்குப் பிரியமுண்டாக அவருக்குப் பாத்திரராய் நடந்துகொள்ளவும்.
>
> - கொலோசெயர் 1:10)

> அப்படியே நல்ல மரமெல்லாம் நல்ல கனிகளைக் கொடுக்கும்; கெட்ட மரமோ கெட்ட கனிகளைக் கொடுக்கும். நல்ல மரம் கெட்ட கனிகளைக் கொடுக்கமாட்டாது; கெட்ட மரம் நல்ல கனிகளைக் கொடுக்கமாட்டாது. நல்ல கனி கொடாத மரமெல்லாம் வெட்டுண்டு அக்கினியிலே போடப்படும். ஆதலால், அவர்களுடைய கனிகளினாலே அவர்களை அறிவீர்கள்.
>
> - மத்தேயு 7:17-20

> **கனியில்லாததோ, கனி குறைந்திருப்பதோ பிரச்சனையல்ல, வேதத்தின் அடிப்படையில் தேவ அளவிலான ஏராளாமான கனியில்லாதது தான்.**

இது வெறும் உங்கள் மூலம் தேவன் உண்டாக்கும் கனி அல்ல, உங்களுக்குள் உண்டாக்குவதாகும். தேவன் உங்களை எந்த அளவிற்கு நேசிக்கிறார். அவர் நல்லவர் என்பதை நீங்கள் ருசித்து பார்க்க வேண்டும் என்று விரும்புகிறார். இந்த வசனங்களை பொறுமையாய் வாசிக்கும்படி உங்களை கேட்டுக் கொள்கிறேன்.

> லூக்கா 6:35: "உங்கள் சத்துருக்களைச் சிநேகியுங்கள், நன்மைசெய்யுங்கள், கைம்மாறுகருதாமல் கடன் கொடுங்கள், அப்பொழுது உங்கள் பலன் மிகுதியாயிருக்கும், உன்னதமானவருக்கு நீங்கள் பிள்ளைகளாயிருப்பீர்கள், அவர் நன்றியறியாதவர்களுக்கும் துரோகிகளுக்கும் நன்மைசெய்கிறாரே".

இரண்டையும் கவனியுங்கள்: உங்கள் மூலம் தேவனுடைய கனி. உங்களுக்குள் தேவனுடைய கனி.

> பிலிப்பியர் 4:6-7: நீங்கள் ஒன்றுக்குங் கவலைப்படாமல், எல்லாவற்றையுங்குறித்து உங்கள் விண்ணப்பங்களை ஸ்தோத்திரத்தோடே கூடிய ஜெபத்தினாலும் வேண்டுதலினாலும் தேவனுக்குத் தெரியப்படுத்துங்கள். அப்பொழுது, எல்லாப் புத்திக்கும் மேலான தேவசமாதானம் உங்கள் இருதயங்களையும் உங்கள் சிந்தைகளையும் கிறிஸ்து இயேசுவுக்குள்ளாகக் காத்துக்கொள்ளும்.

தேவன் மாத்திரமே உண்டாக்கும் சமாதானத்தின் கனி உங்களுக்கும் இதய துடிப்பிருக்கும் எல்லாருக்கும் தேவை.

பிலிப்பியர் 4:6: நீங்கள் ஒன்றுக்குங் கவலைப்படாமல், எல்லாவற்றையுங்குறித்து உங்கள் விண்ணப்பங்களை ஸ்தோத்திரத்தோடே கூடிய ஜெபத்தினாலும் வேண்டுதலினாலும் தேவனுக்குத் தெரியப்படுத்துங்கள்.

கவலையிலிருந்து விடுதலை அடைவது, தேவன் மாத்திரமே கொடுக்கக்கூடிய கனியாகும்.

நீதிமொழிகள் 28:25: கர்த்தரை நம்புகிறவனோ செழிப்பான்.

செழிப்பு என்பது, தேவன் மாத்திரமே கொடுக்கக்கூடிய கனியாகும்.

நீதிமொழிகள் 16:3: உன் செய்கைகளைக் கர்த்தருக்கு ஒப்புவி; அப்பொழுது உன் யோசனைகள் உறுதிப்படும்.

ஜெயம் என்பது, தேவன் மாத்திரமே கொடுக்கக்கூடிய கனியாகும்.

இந்த கனி நமக்கு தேவை. தேவன் உண்டாக்கும் கனி மாத்திரமே இந்த பூமியில் தேவனுடைய கிரியையை நிறைவேற்றும் என்பதை அடுத்த அத்தியாயத்தில் புரிந்து கொள்ளலாம்.

தேவன் மாத்திரமே கிரியை செய்கிறார்.

ரோமர் 8:28: அன்றியும், அவருடைய தீர்மானத்தின்படி அழைக்கப்பட்டவர்களாய் தேவனிடத்தில் அன்புகூருகிறவர்களுக்குச் சகலமும் நன்மைக்கு ஏதுவாக நடக்கிறதென்று அறிந்திருக்கிறோம்.

தேவன் மாத்திரமே கிரியை செய்கிறார்	**அத்தியாயம் 10** # முடிந்தது

தேவன் மாத்திரமே கிரியை செய்கிறார் என்பது அவரால் மாத்திரமே கிரியை நிறைவேற்ற முடியும் என்பதாகும்.

2000 வருடங்களுக்கு பிறகு - இன்றைக்கு

இன்றைக்கு எட்டு பில்லியன் மக்கள் இந்த பூமியில் வாழ்ந்துக் கொண்டிருக்கின்றார்கள். 2022ல், 3.32 பில்லியன் ஜனங்கள் உலகமெங்கும் வேலை செய்துக் கொண்டிருந்தனர். (க்ளார்க், 2022). இரண்டுமே உலக வரலாற்றிலேயே மிக அதிகமான எண்ணிக்கையாகும்.

எப்பொழுதுமே இல்லாத வகையில் இன்றைக்கு-வேலை நடந்துக் கொண்டிருக்கின்றது. இப்பொழுது இயேசு பரலோகத்திற்கு ஏறி சென்று 2000 வருடங்களுக்கு மேலாக ஆயிற்று.

இன்றைக்கு, 3 பில்லியன் மக்களுக்கு மேலாக இயேசுவை குறித்து அறிவதற்கான வாய்ப்புகள் இல்லை. பலர் வேதாகமத்தை பார்த்ததில்லை. பல இடங்களில் எந்த திருச்சபையோ மேய்ப்பர்களோ போகவில்லை. தேவனுக்கு தூரமாய் பலர் இருக்கி-ன்றனர். 10/40 என்று அழைக்கக்கூடிய ஜன்னலில், 10 டிகிரி வடக்காகவும், 40 டிகிரி வடக்கு அட்சரேகையில் ஒரு செவ்வக பரப்பளவிலே, வட ஆப்பிரிக்கா, மத்திய கிழக்கு, ஆசியா போன்ற இடங்களில் வசிக்கின்றனர். இதில் கோடிக்கணக்கானோர் இந்தியாவை சொந்த நாடாக கொண்டுள்ளனர். பலர் இஸ்லாமியர்களாக, இந்துக்களாக, புத்த மதத்தினாராக உள்ளனர்.

இன்றைக்கு, கொடுப்பது மிகவும் குறைந்து கொா-ண்டிருக்கின்றது, இந்த 10/40, இயேசுவை அறியாத இடங்களுக்கு, 1 சத்வீதத்துக்கும் குறைவாக ஊழிய-ங்களுக்கு உதவிகள் போகிறது.

Tஇன்றைக்கு அநேக வேலைகள் நடந்து கொா-ண்டிருந்தாலும், ஊழியங்கல் இன்னும் நிறைவேற்றப் படவில்லை. ஏதோ பெரிய தவறு நடக்கிறது. இப்பொ-ழுது நமக்கு தெரிகிறது, தேவன் மாத்திரமே செயும் கிரியைகளை செய்ய அவரை சார்ந்திருக்காமல், நாம் நம்முடைய காரியங்களில் அலுவலாய் இருக்கிறோம்.

நம்முடைய வேலையை காட்டிலும் தேவனுடையதை முக்கியப்படுத்தாதனினாலே, பூமியில் தேவனுடைய வேலை நிறைவேறாமல் இருக்கிறது.

இன்றைக்கு, நாம் உண்மையாய் இருந்தால், இரண்டு பட்டியலை காண்பிப்போம்:

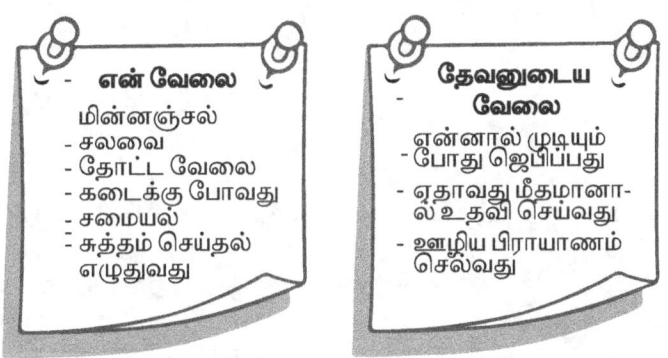

என் வேலை
மின்னஞ்சல்
- சலவை
- தோட்ட வேலை
- கடைக்கு போவது
- சமையல்
- சுத்தம் செய்தல்
  எழுதுவது

தேவனுடைய வேலை
- என்னால் முடியும் போது ஜெபிப்பது
- ஏதாவது மீதமானா- ல் உதவி செய்வது
- ஊழிய பிராயாணம் செல்வது

நாம் பரலோகத்துக்கு போன பிறகு, நம் வேலை எதுவும் அங்கு செல்லாது. தேவன் செய்யும் கிரியைக- ளே செல்லுபடியாகும். தேவன் நிறைவேற்றும் கிரியை- கள் இப்படி தான் இருக்கும்:

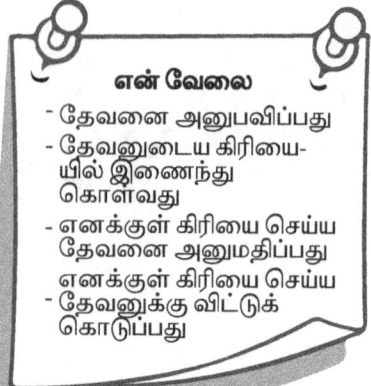

என் வேலை

- தேவனை அனுபவிப்பது
- தேவனுடைய கிரியை-யில் இணைந்து கொள்வது
- எனக்குள் கிரியை செய்ய தேவனை அனுமதிப்பது
- எனக்குள் கிரியை செய்ய தேவனுக்கு விட்டுக் கொடுப்பது

தேவனுடைய வேலை

- உலகத்தை நேசிப்பது
- ஜனங்களை தம்மிடமாய் சேர்த்து கொள்வது
- அவரை தேட ஜனங்க-ளுக்கு ஊக்குவிப்பது
- சத்தியத்தை வெளிப்படுத்துவது
- உலகத்தை கண்டித்து உணர்த்துவது
- ஒரு நபரின் இரு-தயத்தை மாற்றுவது
- கனி கொடுப்பது
- அவருக்கென்று உலகத்தை மீட்பது

பரலோகத்தில் உங்களால் எவ்வளவு தூரம் பார்க்க முடியுமோ பார்க்கலாம், முற்றிலும் தேவனு-டைய கிரியைகளாக தான் இருக்கும். கிறிஸ்துவல்லா-மல் நீங்கள் செய்த எந்த கிரியையும் எடுபடாது. எதுவும் அங்கு இருக்காது. எல்லாம் மறைந்து போயிருக்கும்.

பரலோகத்தில் இடம்பெறாதவைகளுக்காக ஏன் நீங்கள் கடினமாய் உழைக்க வேண்டும்?

முடிந்து போன நாளை உங்களால் மாற்ற முடியா-தினாலே, இந்த நாள் ஒரு மாற்றத்தின் நாளாய் இரு-க்கட்டும். நாளை இன்னும் வரவில்லை. ஆனால், இன்றைக்கு நீங்கள் தேவனுடைய கிரியையில் இணைந்து அவரை அனுபவிக்கு ஒரு வாய்ப்பு இரு-க்கிறது.

> **நீங்கள் கிறிஸ்துவுக்காக செய்யும் கிரியையே முக்கியம் என்பதை காண பரலோகம் போகும் வரையில் காத்திருக்காதீர்கள்.**

பூமியில் தேவனுடைய கிரியை நிறைவேறுதல் என்பது எப்படி இருக்கும்?

தேவன் அவருடைய சிருஷ்டிப்பின் வேலையை நிறைவேற்றினார்:

தேவன் தாம் செய்த தம்முடைய கிரியையை ஏழாம் நாளிலே நிறைவேற்றி, தாம் உண்டாக்கின தம்முடைய கிரியைகளையெல்லாம் முடித்தபின்பு, ஏழாம் நாளிலே ஓய்ந்திருந்தார். தேவன் தாம் சிருஷ்டித்து உண்டுபண்ணின தம்முடைய கிரியைகளையெல்லாம் முடித்தபின்பு அதிலே ஓய்ந்திருந்தபடியால், தேவன் ஏழாம் நாளை ஆசீர்வதித்து, அதைப் பரிசுத்தமாக்கினார்.-

- ஆதியாகமம் 2:2-3

தேவன் அவருடைய இரட்சிப்பின் வேலையை நிறைவேற்றினார்:

அதன்பின்பு, எல்லாம் முடிந்தது என்று இயேசு அறிந்து, வேதவாக்கியம் நிறைவேறத்தக்கதாக: தாகமாயிருக்கிறேன் என்றார். காடி நிறைந்த பாத்திரம் அங்கே வைக்கப்பட்டிருந்தது; அவர்கள் கடற்காளானைக் காடியிலே தோய்த்து, ஈசோப்புத்தண்டில் மாட்டி, அவர்

வாயினிடத்தில் நீட்டிக்கொடுத்தார்கள். இயேசு காடியை வாங்கினபின்பு, முடிந்தது என்று சொல்லி, தலையைச் சாய்த்து, ஆவியை ஒப்புக்கொடுத்தார்.

- யோவான் 19:28-30

தேவனுடைய மீட்பின் வேலை இன்னும் நிறை-வேறவில்லை:

தாமதிக்கிறார் என்று சிலர் எண்ணுகிறபடி, கர்த்தர் தமது வாக்குத்தத்தத்தைக்குறித்துத் தாமதமாயிராமல்; ஒருவரும் கெட்டுப்போகா-மல் எல்லாரும் மனந்திரும்பவேண்டுமென்று விரும்பி, நம்மேல் நீடிய பொறுமையுள்ளவராயி-ருக்கிறார்.

- 2 பேதுரு 3:9

முடிவு இன்னும் வராததற்கு காரணம், தேவனு-க்கு தூரமாய் இருக்கும் ஜனங்களுக்காக ஒவ்வொரு நாளும் தேவன் இரக்கமும் மனதுருக்கமுமாய் இருப்ப-து தான்.

கிரியை

தேவனுடைய கிரியை தமக்கென்று ஜனங்களை மீட்டுக் கொண்டிருக்கின்றது. மீட்பில், தேவன் நிறை-வேற்றும் கிரியைகளாவன:

1. தீமையை வெல்வது

2. உலகத்தை மீட்டெடுப்பது

3. எல்லாவற்றையும் ஒன்றிணைப்பது

4. திருச்சபையை அலங்கரிப்பது

5. தெய்வத்துவத்தை மகிமைப்படு-
   த்துவது

இந்த மீட்பின் வேலைக்காக தேவன் ஒவ்வொரு நாளும் கிரியை செய்துக் கொண்டிருக்கின்றார். இந்த வேலையை தேவன் நிறைவேற்றுவார் என்று வேதம் தெளிவாக சொல்கிறது. அது எப்படி சாத்தியமாகும்:

மத்தேயு 4:19ல் வாசிக்கிறோம்:

"என் பின்னே வாருங்கள், உங்களை மனுஷ-ரைப் பிடிக்கிறவர்களாக்குவேன் என்றார்".

இயேசுவின் நற்செய்தியை ஜனங்களுக்கு கொண்டு செல்வதே தேவனுடைய கிரியை ஆகும். யோவான் 21:15-17ல், இயேசு பேதுருவிடம் என்னை நேசிக்கிறாயா என்று மூன்று முறை கேட்டதை சுட்டி-க்காட்டுகிறார். ஒவ்வொரு முறையும் பேதுரு "ஆம்" என்று சொன்னபோது இயேசு சொன்ன பதில்....

"என் அட்டுக்குட்டிகளை மேய்ப்பாயாக"

"என் ஆடுகளை போஷிப்பாயாக"

"என் ஆடுகளை மேய்ப்பாயாக"

ஜனங்களை நேசித்து, அவர்களுக்கு ஜீவ அப்பமா-கிய இயேசுவை கொடுப்பதே தேவனுடைய கிரியை ஆகும். இயேசு கிறிஸ்துவின் சீஷர்களாக, நீங்களுமி இந்த தேவனுடைய கிரியையில் இணைய அழைக்கப்-பட்டிருக்கிறீர்கள்.

இது ஏதோ திறமை வாய்ந்த கிறிஸ்தவ தலைவ-ர்களுக்கோ, மேய்ப்பர்களுக்கோ, போதகர்களுக்கோ, சுவிசேஷகர்களுக்கோ, ஆராதனை வீரர்களுக்கோ, திருச்சபையின் மூலம் சம்பாதிப்பவர்களுக்கோ மா-த்திரம் கொடுக்கப்படுவதல்ல. ஆண்டவராகிய இயேசு கிறிஸ்துவின் இரத்தத்துக்குள் இருப்பவர்கள் எல்லா-ருக்கும் இது பொருந்தும்.

இயேசு மரித்த பிறகு, யோவான் 19:28-30ல் எழுதியி-ருக்கிறபடி, அவர் அடக்கம்பண்ணப்பட்டார், மூன்றாம் நாள் மரித்தோரிலிருந்து எழுந்தார். உயிர்த்தெழுந்த இயேசுவை சீஷர்கள் பார்த்தபோதும் அவர்களிடம் அவர் சொன்னார்:

அப்பொழுது இயேசு சமீபத்தில் வந்து, அவர்க-ளை நோக்கி: வானத்திலும் பூமியிலும் சகல அதிகாரமும் எனக்குக் கொடுக்கப்பட்டிரு-க்கிறது. ஆகையால், நீங்கள் புறப்பட்டுப்போய், சகல ஜாதிகளையும் சீஷராக்கி, பிதா குமாரன் பரிசுத்த ஆவியின் நாமத்திலே அவர்களு-க்கு ஞானஸ்நானங்கொடுத்து, நான் உங்க-ளுக்குக் கட்டளையிட்ட யாவையும் அவர்கள் கைக்கொள்ளும்படி அவர்களுக்கு உபதேசம் பண்ணுங்கள்; இதோ, உலகத்தின் முடிவுபரி-யந்தம் சகல நாட்களிலும் நான் உங்களுடனே-கூட இருக்கிறேன் என்றார். ஆமென்.

- மத்தேயு 28:18-20

அப்போஸ்தலர் 1:8ல் நாம் வாசிக்கிறோம்:

> பரிசுத்தஆவி உங்களிடத்தில் வரும்போது நீங்கள் பெலனடைந்து, எருசலேமிலும், யூதேயா முழுவதிலும், சமாரியாவிலும், பூமியின் கடைசிபரியந்தமும், எனக்குச் சாட்சிகளாயிருப்பீர்கள் என்றார்.

சாட்சிகளாக, நாம் தேவனுடைய கிரியையை கவனித்து அதை பிறரிடம் போய் சொல்ல வேண்டும். இது மிகவும் சுலபமானது. தேவனுடைய மீட்பின் வேலை என்பது, ஜனங்களை நேசித்து, இயேசுவை அறிய அவர்களுக்கு உதவி செய்வதாகும்.

முடிவு கோடு

முடிவு கோட்டை தேவன் அறிந்திருக்கிறார்:

> ராஜ்யத்தினுடைய இந்தச் சுவிசேஷம் பூலோகமெங்குமுள்ள சகல ஜாதிகளுக்கும் சாட்சியாகப் பிரசங்கிக்கப்படும், அப்போது முடிவு வரும்.
>
> - மத்தேயு 24:14

இந்த முடிவு கோடானது, அழுது துக்கிக்கிறதல்ல, இந்த கோட்டில் கவலையோ தோல்வியோ இருக்காது. இந்த முடிவு கோட்டில் இருக்ககூடிய வெற்றி இதுவரை இந்த உலகம் காணாததாயிருக்கும். வெளிப்படுத்தல் 22 வரை வேதம் முழுவதும் வாசித்துப் பாருங்கள், தேவனுடைய நற்செய்தியையே தொடர்ச்சியாய் பார்ப்பீர்கள்.

நாம் ஜெயிக்கிறோம்!

மனுக்குலத்தை தமக்கென்று மீட்டெக்கும் இந்த மாபெரும் சரித்திரத்தின் வெற்றியில், ஆண்டவராகிய இயேசு கிறிஸ்துவின் இரத்தத்திற்குள் மூடப்பட்ட யாவருக்கும் பங்குண்டு. வெளிப்படுத்தல் 7:9-12ல், இந்த பூமியில் தேவனுடைய கிரியை நிறைவேறின பிறகு எப்படி இருக்கும் என்ற படத்தை நமக்கு காண்பிக்கிறார்:

> இவைகளுக்குப்பின்பு, நான் பார்த்தபோது, இதோ, சகல ஜாதிகளிலும் கோத்திரங்களிலும் ஜனங்களிலும் பாஷைக்காரரிலுமிருந்து வந்ததும், ஒருவனும் எண்ணக்கூடாததுமான திரளான கூட்டமாகிய ஜனங்கள், வெள்ளை அங்கிகளைத் தரித்து, தங்கள் கைகளில் குருத்தோலைகளைப் பிடித்து, சிங்காசனத்திற்கு முன்பாகவும் ஆட்டுக்குட்டியானவருக்கு முன்பாகவும் நிற்கக்கண்டேன்.
>
> அவர்கள் மகா சத்தமிட்டு: இரட்சிப்பின் மகிமை சிங்காசனத்தின்மேல் வீற்றிருக்கிற எங்கள் தேவனுக்கும் ஆட்டுக்குட்டியானவருக்கும் உண்டாவதாக என்று ஆர்ப்பரித்தார்கள்.
>
> Aதூதர்கள் யாவரும் சிங்காசனத்தையும் மூப்பர்களையும் நான்கு ஜீவன்களையும் சூழநின்று, சிங்காசனத்திற்குமுன்பாக முகங்குப்புற விழுந்து, தேவனைத் தொழுதுகொண்டு: ஆமென், எங்கள் தேவனுக்குத் துதியும் மகிமையும் ஞானமும் ஸ்தோத்திரமும் கனமும் வல்லமையும் பெலனும் சதாகாலங்களிலும் உண்டாவதாக; ஆமென், என்றார்கள்.

ஒரு உலகளாவிய திருச்சபை

"முடிந்தது" என்பது பரலோகம் முழுதும் மக்களால் நிறைந்திருப்பதை காண்பிக்கிறது. ஒரு உலகளாவிய திருச்சபை, ஒவ்வொரு தேசத்திலிருந்து, கோத்திரத்திலிருந்து, எல்லா பாஷைகாரராலும் நிறைந்திருப்பதை போல காட்சியளிக்கிறது. ஒவ்வொரு தேசம் என்றால் எல்லா 195 நாடுகளையும் குறிக்கிறது. ஒவ்வொரு நிறத்தவரும்: சிகப்பு, மஞ்சள், கருப்பு மற்றும் வெள்ளை. ஒவ்வொரு பாஷையிலிருந்தும் ஜனங்கள் தேவனை ஆராதிப்பதை போல காணப்படுகிறது.

ஒரு உலகளாவிய செய்தி

"முடிந்தது" என்பது ஒரு உலகளாவிய செய்தியை கொண்ட உலகளாவிய திருச்சபையை போல இருக்கிறது. இங்கே துர்ச்செய்தி எதுவும் இல்லை. இயேசுவை குறித்த நற்செய்தி மாத்திரமே உள்ளது. மிகவும் ஆனந்தமாக ஆழமாக இயேசுவை ஆராதிப்பது போல காணப்படுகிறது. ஆராதனையின் செய்தி கூட தேவன் மாத்திரமே கிரியை செய்கிறார் என்ற வெளிப்பாடாகவே உள்ளது. "இரட்சிப்பு சிங்காசனத்தின் மேல் வீற்றிருக்கிற ஆட்டுக்குட்டியானவரிடம் இருந்து வருகிறது"

ராஜ்யத்தின் கனி

"முடிந்தது" என்பது கனி கொடுக்கும் உலகளாவிய செய்தியை தரும் ஒரு உலகளாவிய திருச்சபையை போல இருக்கிறது. இது தேவ அளவிலான கனி. எந்த திருச்சபையும் தாங்கக் கூடாததான அளவுக்கு அதிகமான கனியாகும். இது வெள்ளைக்கார சபையின் கனியல்ல, கருப்பர்களின் கனியல்ல, அமெரிக்க கனியோ அல்லது ஆசிய கனியோ அல்ல. இது ராஜ்யத்தின் கனி. தேவன் மாத்திரமே தரக் கூடிய கனியை தான் வெளிப்படுத்தல் 7:9-12 குறிக்கிறது.

அதை நாம் எப்படி அடைய முடியும்? தேவன் மாத்திரமே கிரியை செய்கிறார் என்ற நிஜம் நம்மை முடிவு கோட்டிற்கு கொண்டு செல்கிறது. இதனை குறித்து நாம் தைரியமாய் இருக்கலாம்:

1. தேவன் செயல்பட்டுக் கொண்டிருக்கிறார்.

2. தேவன் அவருடைய கிரியையை முடிப்பார்.

3. கிரியை முடிக்க என்ன தேவையோ அதை

4. தேவன் மாத்திரமே கொடுக்க முடியும்.

தேவன் மாத்திரமே கிரியை செய்கிறார் என்றால் தேவன் மாத்திரமே அதை நிறைவேற்ற முடியும். ஆச்சரியமான உதாரத்துவம் என்ற என் புத்தகத்தில், தேவனுடைய யுக்தி எப்பொழுதுமே ஆச்சரியமான உதாரத்துவம் தான் என்பதை காண்பித்திருக்கிறேன். அது சிருஷ்டிப்பில் நிரூபிக்கப்பட்டது. அது இரட்சிப்பில் நிரூபிக்கப்பட்டது, மீட்பிலும் அது நிரூபிக்கப்படும்.

தேவனுடைய கிரியையை முடிக்க அவரது ஒரே யுக்தி, ஆச்சரியாமான உதாரத்துவம் தான்.

தேவனே கிரியை செய்கிறார் என்பதற்கான வெளிப்பாட்டின் நிறைவு இங்கே......

பிதாவே அதை கொடுக்க வேண்டும்.

தேவன் மாத்திரமே செய்யக்கூடிய வேலையை செய்ய முயற்சிப்பதில் அலுவலாய் இருப்பதே திருச்சபைக்கான சோதனையாகும். யோபுவை போல, நாம் எதை சிருஷ்டித்தோம் என்று தேவன் கேட்கிறார் (யோபு 38). நமது விடை "எதுவும் இல்லை". சிருட்டிப்பில் தேவன் கொடுத்தார். இயேசுவையும் இரட்சிப்பையும் இந்த உலகிற்கு கொண்டு வர நாம் என்ன கிரியை செய்தோம்? ஒன்றும் இல்லை. தேவன் உலகத்தை நேசித்ததினாலே, அவர் மாத்திரமே இயேசுவை கொடுத்தார். (யோவான் 3:16). தேவனுடைய மீட்பின் கதையை முடிப்பதும் இந்த உண்மையே. தேவனுடைய ஆச்சரியமான உதாரத்துவம் என்றும் நிலைத்திருக்கும்.

> **தேவன் மாத்திரமே செய்கிற கிரியையில் நாம் சார்ந்திருக்கும்போது, இந்த பூமியில் அவருடைய வேலை நிறைவுபெறும்.**

தேவனே அதை கொடுக்க வேண்டும்

இயேசுவை தேவன் கொடுத்தது போல (யோவான் 3:16), இந்த பூமியில் மீட்பின் வேலையை முடிக்க தே-வையானதை தேவன் மாத்திரமே கொடுக்க முடியும்.

யோவான் 3:16ஐ கவனியுங்கள்...

> தேவன், தம்முடைய ஒரேபேறான குமாரனை விசுவாசிக்கிறவன் எவனோ அவன் கெட்டு-ப்போகாமல் நித்தியஜீவனை அடையும்படிக்கு, அவரைத் தந்தருளி, இவ்வளவாய் உலகத்தில் அன்புகூர்ந்தார்.

அங்கே எந்த வியாபார திட்டமும் இல்லை. நீண்ட யுக்தியை கொண்ட திட்டங்களை மனிதர்கள் போட-வில்லை. தேவன் மாத்திரமே கொடுக்கக்கூடிய ஈவு தான் மேசியா. மனுக்குலத்தை மீட்கும் தேவ திட்ட-த்தை தேவன் ஒருவரால் மட்டுமே நிறைவேற்ற முடியும். தேவன் அவருடைய மகிமையை யாரோடும் பகிர்ந்துக் கொள்ளமாட்டார் (ஏசாயா 42:8). மேலே குறிப்பிட்டபடி, தேவன் தம்மை மகிமைப்படுத்திக் கொள்வதே மீட்பி-ற்கான கடைசி பணி என்பதை நினைவில் வைத்துக் கொள்ளுங்கள். மீட்பை நாம் நிறைவேற்றினால், அந்த கொளரவம் நமக்கு கிடைத்துவிடும். எல்லா கொளர-வமும் மகிமையும் தேவனுக்கு கிடைக்க அவர் மாத்தி-ரமே மீட்பின் திட்டத்தை நிறைவேற்ற வேண்டும்.

ராஜ்யத்தின் உக்கிராணக்காரர்கள்

தேவன் மாத்திரமே கிரியையை முடிக்க முடியும், அவரே முடிப்பார்.

நம்முடைய பதில் என்ன? தேவனை அனுபவிப்ப-தும், அவருடைய கிரியையில் இணைவதுமே நமது பதில் நடவடிக்கையாகும். தேவனுடனான நெரு-க்கமே நமது பதில் நடவடிக்கை. தேவனுடைய சி-நேகிதர்களாக அவருடைய சிம்மாசன அறையிலே வாழ்வதாகும். தேவனுக்கென்று வழியை ஆயத்தப்ப-டுத்துவதாகும்.

ராஜ்யத்தின் நன்மைக்காக ராஜ்யத்தின் செல்வ-த்தை நம்பி கொடுக்கக்கூடிய நல்ல ஜனங்களுக்காக தேவன் பார்த்துக் கொண்டிருக்கின்றார். இயேசுவை போன்ற ஒரு தேவையை சம்பாதிக்கவோ, உருவாக்க-வோ, தயாரிக்கவோ முடியாது.

> **தேவனுடைய தரிசனமானது நம்முடைய புத்திக்கெட்டாத வகையில், நாம் நினைத்தோ, கற்பனை கூட செய்ய முடியாத அளவிற்கு மிக பெரியதாகும். தேவனை நெருக்கமான வகையில் சார்ந்திராத எந்த மனிதனையும், தேவன் மாத்திரமே செய்யக் கூடிய கிரியை நொறுக்கிவிடும்.**

தேவனே அதை கொடுக்க வேண்டும், கொடு-ப்பார். தேவன் அதை நமக்குள் நம் மூலம் கொடுக்க அவரை விட்டுக் கொடுப்பதே நம்முடைய பதில் நடவ-டிக்கையாகும். ராஜ்யத்தின் நலனுக்காக ராஜ்யத்தின் செல்வத்தை உருவாக்கும் தலைவர்களை பயன்படு-த்த தேவன் அழைப்பு விடுக்கிறார்.

இந்த ராஜ்யத்தின் உக்கிரணக்காரர்கள் அவர்களால் முடிந்த ஒவ்வொரு பணத்தையும் உதாரத்துவமாக நிச்சயமாக நித்தியத்திற்கென்று முதலீடு செய்வார்கள்.

அவர்களுடைய தரிசனம் தெள்ள தெளிவானது: எல்லா 195 தேசங்களுக்கும் நற்செய்தி.

சுலபமான யுக்தி: வேதாகமங்கள், திருச்சபைகள், போதகர்கள்.

இது தான் தைரியம்: பிதாவானவர் அதை கொடுக்க வேண்டும்.

தேவனே கிரியை செய்கிறார் என்பதின் "என்னென்ன", படிப்பினை அல்லது முடிவு இது தான்: பிதாவானவரே அதை கொடுப்பார்..

வல்லமையான ஆறு வார்த்தைகளுடன் மத்தேயு 24:14 முடிவடைகிறது..... அதன் பின்னர் முடிவு வரும்.

கடைசி நாட்கள்

அப்போஸ்தலர் 2ல், பேதுரு, யோவேல் 2:28-32லிருந்து கடைசி நாட்களை குறித்து பிரசங்கிக்கிறார்:

தீர்க்கதரிசியாகிய யோவேலினால் உரைக்கப்பட்டபடியே இது நடந்தேறுகிறது.

கடைசிநாட்களில் நான் மாம்சமான யாவர்மேலும் என் ஆவியை ஊற்றுவேன்,

அப்பொழுது உங்கள் குமாரரும் உங்கள் குமாரத்திகளும் தீர்க்கதரிசனஞ்சொல்லுவார்கள்;

உங்கள் வாலிபர் தரிசனங்களை அடைவார்கள்;

உங்கள் மூப்பர் சொப்பனங்களைக் காண்பார்கள்;

என்னுடைய ஊழியக்காரர்மேலும்,

என்னுடைய ஊழியக்காரிகள்மேலும் அந்நாட்களில் என் ஆவியை ஊற்றுவேன்,

அப்பொழுது அவர்கள் தீர்க்கதரிசனஞ் சொல்லுவார்கள்.

அல்லாமலும் உயர வானத்திலே அற்புதங்களையும்,

தாழ பூமியிலே இரத்தம், அக்கினி, புகைக்காடாகிய அதிசயங்களையும் காட்டுவேன்.

கர்த்தருடைய பெரிதும் பிரகாசமுமான நாள் வருமுன்னே சூரியன் இருளாகவும்,

சந்திரன் இரத்தமாகவும் மாறும்.

அப்பொழுது கர்த்தருடைய நாமத்தைத் தொழுதுகொள்ளுகிறவனெவனோ

அவன் இரட்சிக்கப்படுவான் என்று தேவன் உரைத்திருக்கிறார்.

- அப்போஸ்தலர் 2:17-21

இது தான் நமக்கு தெரிந்தது. எல்லா ஜனங்கள் மேலும் பரிசுத்த ஆவி ஊற்றப்படும். தேவ ஜனங்கள் தீர்க்கதரிசனம் உரைப்பார்கள் - தேவனிடத்திலிருந்து

கேட்ட, ஜனங்களை தேற்ற, பலப்படுத்த, உறசாகப்படு-த்த பேசுவது (1 கொரிந்தியர் 14:3). அவர்கள் தரிசனம் பார்ப்பார்கள், சொப்பனம் காண்பார்கள். பூமியும் அகிலமும் அழிந்து கெட்டு போகும். இயேசு திரும்ப வருவார். கர்த்தரின் நாமத்தை தொழுது கொள்பவர்கள் இரட்சிக்கப்படுவார்கள்.

முடிவு

ஒவ்வொரு நல்ல கதையும் "முடிவு" என்ற வார்த்தையில் நிறைவடையும். அதே போல், தேவனுடைய மீட்பு என்ற பிரம்மாண்டமான கதையும் "முடிவு" என்ற வார்த்தைகளோடு நிறைவுபெறும். விசுவாசிகளுக்கோ அது ஒரு ஆரம்பமே.

பூமியில் நம்முடைய நாட்கள் எண்ணக்கூடியவை என்று வேதம் தெளிவாக சொல்கிறது. பூமியானது இன்னும் இருபது வருடங்களுக்கு கூட நிலைக்காது என்று விஞ்ஞானிகளும் கருத்து தெரிவிக்கின்றனர் (டரன்டைன், 2018).

முடிவு என்றால் நிறைவு. மத்தேயு 24:14ல் "அதன் பின்னர் முடிவு வரும்" என்று இயேசு சொன்னது மெய்யே. இயேசு கிறிஸ்துவின் பிறப்பில் வழியை ஆயத்தப்படுத்த யோவான் ஸ்நானனை பயன்படுத்தின் தேவன், இன்றைக்கு கிறிஸ்துவின் இரண்டாம் வருகைக்கு ஜனங்களை ஆயத்தப்படுத்தி கொண்டிருக்கின்றார். நிஜத்தில் நீங்கள் சுற்றிலும் பார்த்தால், உலகம் இயேசுவின் வருகைக்காக தவித்துக் கொண்டிருக்கிறது.

யுத்தத்தையும் யுத்தத்தின் செய்தியையும் பரிசுத்த வேதாகமம் முன்னறிவிக்கிறது. கடைசி நாட்களில் வரும் இயற்கை சீற்றங்களை குறித்து பேசுகிறது. இன்றைக்கு ஒன்றுக்கு பின் ஒன்றாக இயற்கை பேரழிவுகளை நாம் சந்தித்துக் கொண்டிருகின்றோம்..

காத்திருப்பதா வரவேற்பதா?

“இரும் ஆண்டவரே!, இப்பொழுது அல்ல” என்று சொல்கிரீர்களா அல்லது, “ஆண்டவராகிய இயேசுவே, சீக்கிரம் வாரும்” என்கிறீர்களா?

முடிவு என்பது பயத்தோடும் நடுக்கத்தோடும் வருவதல்ல. வேதத்தின் முழு நோக்கமே ஆயத்தமாய் இருப்பது தான். இயேசுவின் வருகையை தேவனுடைய ஜனங்கள் மிகுந்த மகிழ்ச்சியோடும் எதிர்ப்பார்ப்போடும் வரவேற்பார்கள்.

உங்களை சுற்றி பாருங்கள், தேவனுடைய வருகைக்காக ஆவலோடு காத்திருக்கக்கூடிய ஜனங்களை உருவாக்க பூமியில் செயல்பட்டு கொண்டிருக்கின்றார். மீட்பிற்க்காக உலகம் ஏங்கி தவித்துக் கொண்டிருப்பதை பார்ப்பீர்கள்.

தேடுவது என்றால் தேடி செல்வது. வேதாகம நாட்கள் மற்றும் மனித சரித்திரம் முழுவதும், தேவன் தம்மை வெளிப்படுத்த தம்மை தேஅடும் மக்களை பயன்படுத்துகிறார். அவர்கள் தவறான இடத்தில் தேடினாலும், அவரை தேடிக் கொண்டு தான் இருக்கின்றனர். முன்பு எப்பொழுதும் இல்லாத வகையில் இன்று அநேகர் சத்தியத்தையும் நீதியையும் தேடிக் கொண்டிருக்கின்றனர். அவர்களுக்கு இயேசு தான்

விடை என்பதை புருந்து கொள்ளாமல் போனாலும், தேடிக் கொண்டு தான் இருக்கின்றனர்..

இயேசுவின் நற்செய்திதான் எப்பொழுதும் தேவனுடைய திட்டமாயிருக்கிறது.

உலக வரலாற்றிலேயே, தேவனுடைய ஜனங்கள் தேவனை மாத்திரமே சார்ந்து வாழ்வதை இந்த உலகம் காண காத்துக் கொண்டிருக்குமானால், இதுவே அதற்கான் சரியான நேரம்.

இன்றைக்கு முதலீடு செய்யுங்கள் பிறகென்ன

இன்றைக்கு நீங்கள் தேவனை அனுபவிப்பதற்கும் இந்த பூமியில் அவருடைய கிரியையில் அவரோடு இணைந்து கொள்ளவும் உங்களுக்கு வாய்ப்பு இருக்கிறது.

இன்றைக்கு நீங்கள் தேவன் உங்களுக்கு செய்தவைகளை பிறருக்கு அறிவிக்க முடியும். சங்கீதம் 107: 1- சொல்கிறது:

> கர்த்தரைத் துதியுங்கள்; அவர் நல்லவர், அவர் கிருபை என்றுமுள்ளது.கர்த்தரால் சத்துருவின் கைக்கு நீங்கலாக்கி மீட்கப்பட்டு, கிழக்கிலும் மேற்கிலும் வடக்கிலும் தெற்கிலுமுள்ள பல தேசங்களிலுமிருந்து சேர்க்கப்பட்டவர்கள், அப்படிச் சொல்லக்கடவர்கள்".

இன்றைக்கு நீங்கள் நற்செய்தியை பரப்பி, 195 நாடுகளுக்கும் அதை பகிர்ந்து கொள்ள முடியும்.

> ஜாதிகளுக்குள் அவருடைய மகிமையையும்,
> சகல ஜனங்களுக்குள்ளும் அவருடைய அதிச-
> யங்களையும் விவரித்துச் சொல்லுங்கள்.
>
> - சங்கீதம் 96:3

அமேசான் தான் இன்றைக்கு உலகத்தில் மு-
தன்மையான புத்தக விற்பனையாளாராகும். சில
மாதங்களுக்கு முன்பாக கூட வேதாகமத்தையும் கிறி-
ஸ்தவ புத்தகங்களையும் வாங்க முடியாதவர்களுக்கு
இப்பொழுது தாராளமாய் கிடைக்கிறது.

இன்றைக்கு, இணையதளத்தின் முன்னேற்றங்க-
ள் மூலம், சுவிசேஷத்திற்கு அடைக்கப்பட்ட நாடுகளி-
ல் கிறிஸ்துவை அறிவிக்க முடிகிறது.

முன்பு எப்பொழுதும் இல்லாத வகையில், இன்றை-
க்கு அநேகரிடம் தொலைபேசிகளும், இணையதள-
த்துக்கான வசதியும் இருக்கிறது.

இன்றைக்கு, இயேசுவை அறியாத ஜனங்களை
சந்திப்பதை முக்கியப்படுத்தும் வகையில் நீங்கள் நி-
த்தியத்திற்கென்று முதலீடு செய்யலாம்.

கடந்த காலங்களை விட, தொழில் செய்வது
இப்பொழுது மிகவும் சுலபமாகி விட்டது. ராஜ்யத்தின்
நன்மைக்காக ஏராளமான செல்வத்தை உருவாக்கு-
ம்படியான தரிசனத்தை தரும்படி தேவனிடம் கே-
ட்கலாம். இது அமெரிக்காவிற்கு செல்ல வேண்டும்
என்கிற கனவை விட பெரிதானது. சர்வ வல்ல தே-
வனிடத்தில் நீங்கள் நெருக்கமாக இல்லாவிட்டால்,
இந்த தேவ அளவிலான தரிசனமானது உங்களை மு-
ற்றிலும் நொறுக்கி விடும். தேவன் மாத்திரமே கிரியை

செய்வது என்பது அவருடைய மீட்பின் வேலையை நிறைவேற்ற தேவையானதை அவர் மாத்திரமே கொடுக்க முடியும் என்பதாகும்.

தேவன் மாத்திரமே கிரியை செய்ய முடியும் என்ற வெளிப்பாடு உங்களுக்குள் இன்றைக்கு அதிகரிக்க-ட்டும். இந்த வெளிப்பாடு, உங்கள் கிரியை நிறுத்திவி-ட்டு, தேவனுடைய கிரியையில் இணைந்து கொள்ள உங்களை உந்தி தள்ளட்டும். தேவனுடைய சமூக-த்தை ஆவலோடு தேடும்போது, அவர் உங்களோடு பேசுவார், வழி நடத்துவார், தேவைகளை சந்திப்பார். தேவனுடனான நெருக்கத்தில் நீங்கள் கவனம் செ-லுத்தும்போது, உங்கள் மூலமாய் அவர் என்ன செய்ய முடியும் என்பதை பார்ப்பீர்கள்.

தேவன் உங்களுக்கு கொடுத்திருக்கிற எல்லாவ-ற்றையும் நித்தியத்திற்கென்று முதலீடு செய்வீர்களா? உங்கள் நேரம், தாலந்துகள், பொருட்கள்? பிதாவான-வரின் மகிமைக்காக உங்கள் கண்களை, இருதயங்க-ளை, மனங்களை இதற்கென்று திறக்க வேண்டும்:

தேவன் மாத்திரமே கிரியை செய்கிறார்.

முடிவு.

முடிவுரை

பிதாவானவர் கொடுக்கப்போகிறார்.

தேவன் மாத்திரமே கிரியை செய்கிறார்.

உன்னதமானவரின் மறைவிலிருக்கிறவன்
சர்வவல்லவருடைய நிழலில் தங்குவான்.
நான் கர்த்தரை நோக்கி: நீர் என்
அடைக்கலம், என் கோட்டை, என்
தேவன், நான் நம்பியிருக்கிறவர் என்று
சொல்லுவேன்.

- சங்கீதம் 91:1,2

கெவினிடமிருந்து ஒரு தனிப்பட்ட கடிதம்

தேவன் மாத்திரமே கிரியை செய்கிறார் என்ற வெ-ளிப்பாடு என்னை இரட்சித்தது.

பவுலை போல, நானும் சொல்ல முடியும்:

> "நாங்கள் எங்கள்மேல் நம்பிக்கையாயிரா-மல், மரித்தோரை எழுப்புகிற தேவன்மேல் நம்பிக்கையாயிருக்கத்தக்கதாக, மரணம் வருமென்று நாங்கள் எங்களுக்குள்ளே நிச்சயி-த்திருந்தோம். அப்படிப்பட்ட மரணத்தினின்றும் அவர் எங்களைத் தப்புவித்தார், இப்பொழுதும் தப்புவிக்கிறார், இன்னும் தப்புவிப்பார் என்று அவரை நம்பியிருக்கிறோம்".

- 2 கொரிந்தியர் 1:9-10

நான் மட்டும் இல்லை. தேவன் மாத்திரமே கிரியை செய்கிறார் என்ற வெளிப்பாடு, தேவனை விட்டு தூரமாய் இருக்கும் கோடிக்கணக்கான மக்களுக்கு இது வாழ்வா சாவா என்பதாகும்.

தேவன் மாத்திரமே கிரியை செய்கிறார் என்பதை அறிந்து கொண்டதில் உறுதியாய் இருங்கள்.

உலகம் முழுதும், தேவனுடைய கிரியையினால் உண்டாகும் கனியை பார்க்கும்படியாக ஜெபிப்பதில் என்னோடு இணைந்து கொள்ளுங்கள்.

பிலிப்பியர் 1:6ஐ உங்கள் மீது தீர்க்கதரிசனமாய் பேசுகிறேன்:

> உங்களில் நற்கிரியையைத் தொடங்கினவர் அதை இயேசுகிறிஸ்துவின் நாள்பரியந்தம்
>
> முடிய நடத்திவருவாரென்று நம்பி,- பிலிப்பியர் 1:5

உங்களுக்காக நான் ஜெபிக்கட்டும்:

பரலோக பிதாவே, சத்தியத்தை வெளிப்படுத்தியதற்காக, நீர் மாத்திரமெ செயல்படுகிறீர் என்பதை காண எங்கள் கண்களை திறந்ததற்காக நன்றி. நீர் மாத்திரமே செய்யக்கூடியவைகளை நாங்கள் செய்ய முயற்சி செய்ததற்காக எங்களை மன்னியும். இந்த சத்தியத்தில் நடக்க வாழ என் நண்பரை வழி நடத்தும்படியாய் உம்மை கேட்கிறேன். அவர்களுடைய வேலைகளை நிறுத்திவிட்டு, உம்மிடத்தில் அவைகளை கொடுக்க அவர்களுக்கு கிருபை செய்வீராக. பிதாவே, உம்முடைய இளைப்பாறுதலால் அவர்களை நிரப்புவீராக. உம்முடைய கரங்களில் இருந்து கிடைக்கும் கனியையும் அற்புதங்களையும் காண அவர்களுக்கு உதவி செய்யும். உம்மை அனுபவிக்கவும் உம்முடைய கிரியையில் இணைந்துக் கொள்ளவும் அவர்களை வழிநடத்தும். பிதாவே, அவர்கள் நினைப்பதற்கும் கேட்பதற்கும் மிகவும் அதிகமானவைகளை அவர்களுக்குள், அவர்கள் மூலமாய் உம்முடைய கனத்திற்கும்

மகிமைக்கும் நீர் செய்யும்படி கேட்கிறேன். இயேசுவின் நாமத்தில், ஆமென்

இயேசுவின் நாமத்தில் இளைப்பாறுதலையும் விடுதலையையும் உங்கள் மேல் பேசுகிறேன்.

நண்பரே, உள்ளே வாரும்.

இதற்கு முன் இல்லாத வகையில், அற்புதங்களையும்,, ஆசீர்வாதங்களையும், கனியையும் அனுபவிக்க போகிறீர்கள்.

கவனமாய் இருங்கள். மறுபடியும் வேலைகளை போட்டுக் கொள்ளாதீர்கள். தேவன் மாத்திரமே செய்பவைகளை அவர் மாத்திரமே செய்யும்படியாய் அவரை சார்ந்து உறுதியாய் நில்லுங்கள்.

இயேசுவின் நாமத்தில் நீங்கள் ஆராதிக்க, ஜெபிக்க, வார்த்தையில் இருக்க உங்களுக்கு சுதந்திரம் உண்டு.

தேவனுடைய வேலையை அவர் உங்களுக்கு வெளிப்படுத்தட்டும். அவர் பூமியில் எழுதி கொண்டிருக்கின்ற அவருடைய பிரம்மாண்ட கதைக்குள் நுழையுங்கள். ராஜரீக கட்டளையை நிறைவேற்றுவதில் பங்கு பெறுங்கள். இந்த பூமியில் அவருடைய ராஜ்யத்தை விரிவாக்குவதில், அவருடைய சபையை கட்டுவதில், பரலோகத்தில் இருப்பதை போல இங்கே உண்டாக்க அவர் உங்களை பயன்படுத்தட்டும்.

தேவனுடைய ஊழியத்தை உங்கள் தோளில் தாங்குவது கடினம். அவரே அதை நிறைவேற்ற வேண்டும் - அவர் நிறைவேற்றுவார். தேவையானதை அவர் மாத்திரமே கொடுக்க முடியும். தேவன் உங்களு-

க்காக செய்தவைகளை போய் பிரசித்தப்படுத்துவதே உங்கள் வேலை.

ஸ்பிரிட் மீடியா

தேவனுடைய செய்தியை தேசங்களுக்கு எடுத்து செல்வதில், உங்களோடு கூட ஸ்பிரிட் மீடியாவையும் இணைத்து கொள்ளும்படி உங்களை உற்சாகப்படு-த்துகிறேன்.

முழு நேர அச்சிடும், சந்தைப்படுத்தும், அடையா-ளப்படுத்தும் நிறுவனமாக, நாங்கள் 195 நாடுகளுக்கு-ம் இயேசுவின் நற்செய்தியை கொண்டு செல்வதை நோக்கமாக கொண்டுள்ளோம்.

இயேசு கிறிஸ்துவின் இரத்தத்தினால் மூடப்ப-ட்ட ஒவ்வொரு நபருக்கும் ஒரு கதை உண்டு. தேவன் உங்களுக்கு செய்தவைகளை எழுதும்படியாக ஒரு பு-த்தகம் உண்டு. இப்படி ஒரு செய்தியை தேசங்களுக்கு பகிர வேண்டுமானால், ஸ்பிரிட் மீடியாவை அணுகவு-ம்.

ராஜ்யத்தின் நன்மைகாக ராஜ்யத்தின் செல்வ-த்தை உருவாக்க ஏதேனும் ஒரு தொழில் துவங்கி அல்லது உங்கள் வியாபாரம் அதிகரிக்க விரும்பி-னால், ஸ்பிரிட் மீடியா உங்களுக்கு உதவும். https:// spiritmedia.us அல்லது 1-888-800-3744 மூலம் ஸ்பிரிட் மீடியாவை குறித்து இன்னும் அதிகமாய் அறியலாம்.

ஸ்பிரிட் மீடியா தருபவை

நீங்கள் ஒரு தொழிலதிபரோ அல்லது எழுத்தா- ளரோ இல்லை என்றால், அங்கீகரிக்கப்பட்ட வரி விலக்கு பெற்ற 501 (c)(3) ஸ்தாபனமான ஸ்பிரிட் மீடியாவில் உதாரத்துவமாய் விதைக்க உங்களை அழைக்கிறோம். நீங்கள் கொடுப்பதில் நூற்றுக்கு நூறு சதவீதம் 195 நாடுகளுக்கு நற்செய்தியை பகிர பயன்ப- டுத்துவோம்.

தேவன் உங்களை நம்பி கொடுத்திருக்கும் செ- ல்வத்தை நித்தியத்திற்கென்று விதையுங்கள்.

ஸ்பிரிட் மீடியா தற்சமயம் அச்சிடும்படியாக, மொ- ழிப்பெயர்க்கும்படியாக, தேவ ஜனங்கள் மூலம், இயேசுவை அறிய வாய்ப்பில்லாத நாடுகளுக்கு தேவ செய்தியை ஏற்றுமதி செய்யும்படியாக காத்துக் கொ- ண்டிருக்கிறது. https:// SMGives.org மூலம் அதை குறித்தும் எப்படி உதவலாம் என்பதை குறித்தும் அறி- யலாம்.org.

உங்களிடமிருந்து அறிய எதிர்ப்பார்க்கிறேன்,

கெவின் வைட்
தலைமை நிர்வாக அதிகாரி
kevin@spiritmedia.us

உங்களை அழைக்கிறவர்
உண்மையுள்ளவர், அவர் அப்படியே
செய்வார்.

- 1 தெசலோனிக்கேயர் 5:24

குறிப்புகள்

Clark, D. "Number of employees worldwide from 1991 to 2022." Statista. December 7, 2022.
🌐 www.statista.com/statistics/1258612/global-employment-figures

Hudson, Taylor. "When we work, we work. When we pray God works." Innovative Faith. Accessed March 11, 2023.
🌐 www.innovativefaith.org/when-we-work-we-work-when-we-pray-god-works-hudson-taylor

Turrentine, Jeff. "Climate Scientists to the World: We Have Only 20 Years Before There's No Turning Back." NRDC. October 12, 2018.
🌐 www.nrdc.org/stories/climate-scientists-world-we-have-only-20-years-theres-no-turning-back

கெவினிடமிருந்து இன்னும் கொஞ்சம்

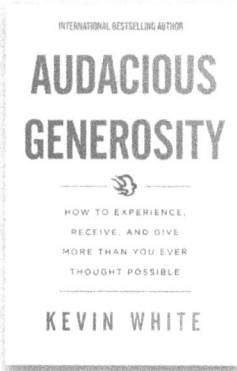

காகித அட்டை, கடின அட்டை, மின் புத்தகம் மற்றும் ஒலி புத்தக வடிவிலும் கிடைக்கும். எங்கும் புத்தகங்கள் விற்கப்படுகின்றன.

மாதாந்திர முக்கிய குறிப்புகள்

ஒவ்வொரு மாதம் முதல் வெள்ளிக்கிழமை காலை 10 மணிக்கு கெவினை நேரடியாக இணையுங்கள்

ஊக்கம்
பெலன்
ஆறுதல்

கெவின் வைட் நிகழ்ச்சி

ஒவ்வொரு வியாழனும் புதிய தொடர்கள்

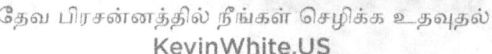

உங்களுடைய வெளியிடுதல்,
சந்தைப்படுத்துதல்,
அடையாளப்படுத்துதலுக்கான முழு சேவை.
தேவ ஜனங்கள் மூலம்
தேவ செய்தியை
தேசங்களுக்கு
கொண்டு செல்லுதல்.
SpiritMedia.US

இயேசுவுக்கு கூட தூதர் தேவை

"அப்பொழுது பிசாசானவன் அவரைவிட்டு விலகிப்போனான்.
உடனே தேவதூதர்கள் வந்து, அவருக்குப் பணிவிடை செய்தார்கள்

- மத்தேயு 4:11

🕊️ ஸ்பிரிட் மீடியா
ஏஞ்சல் ரைட்டர்ஸ்

வெறும் 90 நாட்களில் உங்கள் சொந்த
வார்த்தைகளில் உங்கள் புத்தகத்தை நாங்கள்
எழுதுவோம்.
உங்களிடத்திலிருந்து உள்ளடக்கத்தை காணொளி,
குறிப்புகள், அல்லது உங்களுடனான உறையாடல்
மூலம் பெற்றுக் கொள்வோம்

உங்கள் கதைகளை எங்களிடம் சொல்லுங்கள்.
உங்கள் புத்தகத்தை நாங்கள் எழுதுகிறோம்.

மிக குறைந்த மாதாந்திர கட்டணம்*

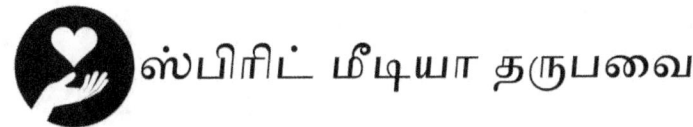 ஸ்பிரிட் மீடியா தருபவை

நீங்கள் கொடுப்பதில் **100%** உலகத்தில்
இருக்கும் **195** நாடுகளுக்கு இயேசுவின்
நற்செய்தியை பகிர பயன்படுத்தப்படுகிறது.

அச்சிடுதல் • வெளியிடுதல் • மொழிப்பெயர்த்தல் • ஏற்றுமதி செய்தல்

smgives.org

www.ingramcontent.com/pod-product-compliance
Lightning Source LLC
Chambersburg PA
CBHW071145120626
46546CB00006B/2130
9781961614383